Lestu það sem aðrir geta ekki:
Náðu þér í félags- og samskiptahæfileika þína

Lestu það sem aðrir geta ekki

Náðu þér í félags- og samskiptahæfileika þína

I J Nayak

Indlandi
2023

INNIHALD

1. KAFLI: SAMANTEKT

Það væri dásamlegt ef menn gætu skilið hvað gerist inni í heila okkar - eitt flóknasta líffæri sem nokkurn tíma hefur verið hugsað til - þar sem frábærar hugmyndir og nýjungar taka á sig mynd. Gæti það ekki verið dásamlegt ef jafnvel vísindamenn og tækni gætu opnað leyndardóma þess - óaðskiljanlegur íhlutur sem kemur ekki í staðinn fyrir vélar í dag?

Svo hvað gerist inni í heila okkar?

Það mætti halda því fram að það að vita hvað fólk heldur í raun og veru myndi hjálpa til við að bæta samskipti og vernda okkur fyrir hugsanlegri hættu. Að lesa fólk kann að hljóma ómögulegt en getur reynst afgerandi til að koma í veg fyrir annað ágiskun eða fella ranga dóma í hversdagslegum aðstæðum með vinnufélögum, ókunnugum og ástvinum jafnt.

Hvað þarf til að túlka fólk nákvæmlega? Helst myndu fínar gráður veita næga þekkingu á innri starfsemi þess; annars gæti það verið háð innsæi sem erfist frá foreldrum eða falnum leyndarmálum sem maður þarf að opna - ég tel að allir þættir spili inn í.

Jafnvel með allar bækur sem hafa verið skrifaðar um heilastarfsemi, er það ómögulegt að lesa fólk nákvæmlega. Góð gen eða öll helstu leyndarmál sem birtast með Google leit munu ekki hjálpa heldur; til að skilja innri virkni einhvers raunverulega þarf vísindi - að skilja hvers vegna fólk hugsar það sem það gerir og bregst við hvernig það gerir er lykillinn að því að skilja annan einstakling.

Að ráða vandlega varðveitt leyndarmál krefst þekkingar, athugunar og skilnings á atburðum sem og sterka innsæi til að komast að nákvæmum niðurstöðum. Mikilvægast er þó að finna viðeigandi stefnu og hefja ferðina!

Og þessi bók felur í sér þann tilgang. Það brýtur niður vísindi í viðráðanlega hluti til að gefa lesendum allar þær upplýsingar sem þarf til að lesa hugsanir á auðveldan og áhugaverðan hátt. Í gegnum öll árin sem ég kenndi fólki árangursríkar samskiptatækni hef ég áttað mig á því að upplýsingar sem gagnast ekki tilgangi manns beint geta fljótt orðið gagnslausar - á meðan ég veit hvað gerist vinstra megin á heilanum þegar þú teiknar fugl með hægri hendi. getur verið heillandi, það verður tilgangslaust ef ekki er áætlað að teikna með því í framtíðinni.

Þess vegna hef ég valið vandlega vísindalegar upplýsingar sem eru sérsniðnar sérstaklega fyrir þann tilgang þinn að lesa huga annarra. Ég forðaðist flókin hugtök og hélt mig við það sem er nauðsynlegt: einfaldar niðurstöður með skýrum skýringum.

En það er aðeins einn þáttur í hugalestri; það er svo miklu meira. Það eru leyndarmálin, sjálfsmatið, fíngerð merki og samskiptabrellur sem hægt er að beita til að verða meira stilltur hlustandi. Ég nota samlíkingu við hækkandi sól þegar ég kenna nemendum að læra hvaða iðn sem er.

Ég spyr nemendur mína hvenær sólin kemur upp á hverjum morgni. Þeir sem vakna snemma hafa einhverja hugmynd um þegar sólin kemur upp, samanborið við þá sem sofa seint; enginn getur gefið nákvæma mínútu þar sem enginn hefur verið nógu áhugasamur eða athugull til að vita nákvæmlega hvenær. Svo þá gef ég þeim æfingu - eitthvað sem ég hvet þig til að gera sjálf núna.

Ímyndaðu þér að sitja á svölunum þínum á hverjum morgni áður en sólin hækkar á lofti og lesa dagblað á meðan þú sötrar kaffi - væri auðvelt fyrir þig að vita nákvæmlega hvenær sólin kom upp? Svarið þitt gæti verið nákvæmara þar sem það að vera þarna þegar það gerðist gefur góðan skilning á "tímanum".

Ímyndaðu þér að sitja á svölum sem snúa í austur, horfa á nákvæmlega staðsetninguna þar sem sólin kemur upp, horfa á þegar hlýja hennar litar himininn með gylltum litbrigðum við sjóndeildarhringinn og skoða úrið þitt strax; nákvæmni þín væri óviðjafnanleg á þessum tiltekna degi vegna þess að þú hafðir þekkingu á því hvaðan hún rís og varst einbeitt að verkefninu þínu; Innsæið þitt myndi líka byrja og gera nákvæmar áætlanir kleift, jafnvel án beinrar athugunar - þú myndir vita nákvæmlega hvenær sólin rís þrátt fyrir síbreytilegt tímabelti!

Nú ef ég myndi spyrja kennslustofu nemenda hvenær sólin rís, þá myndu þeir sem hefðu sannarlega skuldbundið sig til að uppgötva það gefa nákvæmasta svarið. Það er einmitt þannig sem hugalestur virkar; það krefst þekkingar, athugunar og þakklætis fyrir að hver einstaklingur hugsar öðruvísi þannig að það er engin „ein stærð sem hentar öllum" lausn sem á við.

Að skilja alla þá þætti sem taka þátt þegar fylgst er með einhverjum krefst þekkingar og skuldbindingar. Þú þarft trausta stefnu til að stýra þér í rétta átt - það er þar sem þessi bók kemur inn - ég útvega þér allt sem þú þarft til að verða fær lesandi.

Þessi bók afsannar goðsagnir og óáreiðanlegar upplýsingar á netinu um lestur fólks. Til dæmis getur það verið merki um vörn að hafa hendurnar saman. en í köldu herbergi eða sitjandi á armlausum stól gæti þessi hegðun einfaldlega stafað af umhverfisáhrifum frekar en persónueinkennum.

Að trúa eða lesa af handahófi, órökstuddum „staðreyndum" er bæði óþarft og skaðlegt; það er verra að lesa fólk rangt en að þekkja það ekki! Hugarlestur felur ekki í sér njósnir eða afskiptasemi - frekar felur það í sér að skilja hvað einhver raunverulega meinar þegar hann talar eða hefur samskipti við okkur; skilningur á hugsunum þeirra gerir okkur kleift að verða meðvituð um tilfinningar þeirra þegar við bregðumst við.

Staðreyndin er sú að aðeins 7% samskipta fara fram munnlega - restin fer fram án orða. Hugarlestur felur í sér að skilja hvað einhver annar er að upplifa með því að vita raunverulega fyrirætlanir sínar á bak við það sem þeir eru að segja á móti því sem hefur farið ósagt - eitthvað sem þessi mjög upplýsandi og vel rannsökuð bók veitir meira en bara fræðilega nálgun á hugalestur.

Þessi bók býður upp á markvissa þekkingu og skilning, sögur úr eigin reynslu og lærdómi og fullkomna yfirgripsmikla nálgun sem skilur engan stein eftir þegar kemur að því að skilja hinn ósagða heim. Við munum einnig skoða mismunandi persónuleikagerðir, hvata og markmið svo þú getir fengið skilning á nákvæmlega hvernig ákveðnir einstaklingar hugsa, hvers vegna þeir tjá sig eins og þeir gera og hvernig þú getur náð persónulegum markmiðum með skilaboðum þeirra - svo við skulum fara af stað núna.

Hvað er Hugalestur? Við fyrstu sýn gæti hugarlestur virst vera einhvers konar galdrar eða siðlaus iðkun til að hnýta í persónulegar hugsanir fólks og valda þeim usla; Að vita að einhver gæti lesið hug þinn myndi líklega valda ugg, óháð stöðu sambandsins við þá; Vitandi að þeir hefðu slíkan kraft gæti orðið til þess að við flýjum skelfingu lostin - það gæti aldrei verið meiri ofurkraftur en að vita allt sem gerist í heila okkar! En í raun og veru snýst þetta meira um skilning en innrás.

Hugalestur snýst um að skapa sjálfstraust þegar talað er við einhvern, vitandi að skilaboð þeirra verða ekki rangfærð eða misskilin. Hugarlestur gerir okkur kleift að skilja ósögð orð og styrkja samskipti milli hlutaðeigandi aðila - ómetanleg færni sem gerir þér kleift að byggja upp sterkari tengsl bæði faglega og persónulega.

Uppáhaldsfólkið okkar hefur tilhneigingu til að vera það sem hlustar vel og skilur okkur; fólk eins og barnalæknirinn eða tannlæknirinn sem vissi þegar "ég er í lagi" okkar hljómaði ekki alveg rétt; ókunnugir í rútum sem skildu þegar við breyttum líkamsþyngd, gafst upp sæti þegar þess þurfti.

Þetta fólk hlustar, fylgist með og skilur þarfir okkar og tilfinningar af samúð og skilningi; þeir eru ekki uppáþrengjandi en veita í staðinn ómetanlegan stuðning. Kraftur þeirra felur í sér að vita nákvæmlega hvað þarf að gera ásamt því að hafa þá hæfileika sem þarf til að byggja upp langtímasambönd í gegnum þessa næstum ofurmannlegu hæfileika - nákvæmlega sú tegund af fólki sem við óskum leynilega að við værum líkari - ekki fædd með þennan hæfileika heldur hafa gert meðvituð ákvörðun um að vera meðvitaðri um aðra í kringum sig.

Hugalesendur vissu hversu mikilvæg samskipti voru mikilvæg; þeir skildu að árangursríkar samræður krefðust djúprar hlustunar og djúps skilnings á því sem sagt var umfram orð. Þeir lögðu jafna áherslu á þögn, tón, hvatningu, fyrirætlanir ræðumanna auk þess að vera meðvitaðir um umhverfi sitt og fólk á meðan þeir horfðu út fyrir fordóma, dóma og takmarkanir til að meta samtöl til að draga ályktanir um falinn sannleika - á móti öðlast traust, skilja virðingu sem auk þess að taka betri dóma og ákvarðanir bæði faglega og persónulega.

Hugarlestur er eins og að láta einhvern þýða erlend tungumál fyrir þig. Þeir gátu gert það bókstaflega eða útskýrt hvata sína á bak við ákveðin erlend hljómandi orð sem voru sögð.

Fólk að lesa er ekki bara enn eitt handverkið eða bragðið sem notað er til að ráðast inn í einkalíf einhvers; frekar er þetta list sem ber virðingu fyrir tilfinningum og hugsunum einstaklings.

Að læra hvernig á að lesa fólk er ein besta leiðin til að tryggja að samtöl flæði vel og fari fram í hring. Lestrarfærni mun taka burt allar getgátur meðan á samtölum stendur og koma í staðinn fyrir skilning, samúð og tengslamyndun. Hugarlestrarhæfileikar geta mjög breytt samskiptum á netviðburðum, vinnustaðafundum eða þegar þú hittir einhvern sem þér finnst mjög aðlaðandi; Hugarlestrarhæfileikar gætu haft ótrúleg áhrif á niðurstöður samskipta tveggja einstaklinga.

Hugarlestur er list sem krefst ítarlegrar þekkingar á því hvernig mannsheilinn starfar, að vera til staðar andlega, forðast dóma og gera athuganir - en síðast en ekki síst felst það í sér að búa til hina fullkomnu samsetningu allra þessara krafna til að skilja hugsanir einhvers annars óháð því hver þeir eru. eru, persónuleiki þeirra eða sambandsstaða þín við þá.

Hugalestur er ítarlegt efni, svo við munum fara yfir hvern flöt fyrir sig áður en við leggjum fram aðferðir um hvernig eigi að beita þessari innsýn til að skapa hið fullkomna umhverfi fyrir hugarlestur!

Fyrsti hluti fjallar um allt sem þú þarft til að fara í þessa ferð til að skilja fólk og samskipti. Það útlistar hvers má búast við þegar reynt er að lesa fólk og mistökin eða hindranirnar sem við gætum lent í þegar reynt er að túlka það sem einhver annar er að miðla; ennfremur tekur hún á nokkrum af þeim áskorunum sem við stöndum frammi fyrir í dag á síbreytilegum samskiptavettvangi.

Annar hluti kannar allt sem tengist huga okkar. Það útlistar hvernig heilinn okkar virkar og greinir einstaklingsmun sem erfðafræðilegan. Ennfremur mun þessi hluti hjálpa þér að öðlast innsýn í hvers vegna fólk hegðar sér á ákveðinn hátt og skoðar ýmsar persónuleikagerðir - svo þú getir skoðað fólk hlutlægara og lagt betri dóma um það.

Þriðji hluti fjallar um þig og það sem þú kemur með á borðið. Það eru tveir meginþættir við að skilja einhvern: að þekkja hugsunarhátt þeirra og skilja ÞINN. Því miður hindra andlegar hindranir okkur oft í að skilja einhvern rétt. Okkar eigin tilhneiging til að dæma fljótt og draga forsendur byggðar á persónulegum hlutdrægni koma í veg fyrir að við skiljum aðra rétt.

Fjórði hluti felur í sér að taka allt sem hefur verið lært hingað til og beita þessum meginreglum í framkvæmd. Hér muntu uppgötva lítil leyndarmál og aðferðir um hvernig þú getur ályktað um hina sönnu merkingu á bak við orð, komið auga á svik og náð fullum tökum á huga einhvers annars.

Það er óþarfi að taka það fram að þú ert að ráðast í heila bók og yfirgripsmikið úrræði um að verða rannsóknarlögreglumaður.

Til að hefja nýtt ferðalag þarf að skilja hvata þess fyrir aðgerðum og hvers vegna ákveðin hegðun á sér stað. Þú þarft að vita hvers vegna hugarlestur er nauðsynlegur og sjá fyrir allar áskoranir í gegnum ferlið; af hverju þýðir það sem er verið að tjá ekki beint?

Fyrir ekki svo löngu síðan fólst samskipti í því að sitja augliti til auglitis við aðra manneskju með augun lokuð saman og hafa nægan tíma fyrir ykkur bæði til að tala og heyrast. Með tímanum hafa samskiptaaðferðir hins vegar breyst talsvert - á meðan ný form hafa gert ráð fyrir alþjóðlegum samskiptum, draga þau einnig úr vönduðum samskiptum vegna fjölverkavinnslu sem eiga sér stað samtímis samtali á milli ykkar. Þetta þýðir að samtöl hafa tapað gildi sínu.

Tímaleysi
Tími okkar er stöðugt á línunni. Þrátt fyrir að tækni nútímans veiti okkur nokkurn léttir - foreldaðar máltíðir geta stytt matartíma niður í aðeins sekúndur á máltíð og sýndarfundir skipuleggja oft fundi í flutningi til að spara tíma - hafa kaffið orðið á ferðinni og samskipti oft í kringum huglæga gátlista sem við skapa í huga okkar.

Dagar fjarlægra samskipta sem takmarka samskipti eru liðnir
Langt liðnir eru þeir dagar þegar við annað hvort áttum samskipti í eigin persónu eða skrifuðum löng bréf sem gætu tekið mánuði að senda; þegar hvert orð taldi eitthvað í lokauppkasti sínu. Nú á dögum taka samskipti á sér margar mismunandi myndir - sem takmarkar oft samskipti.

Í dag eru fjölmargar leiðir til að eiga samskipti við annan einstakling: tölvupóstar, textaskilaboð, samskipti á samfélagsmiðlum, raddglósur, myndsímtöl og símtöl eru aðeins nokkrar aðferðir sem okkur eru tiltækar til samskipta. Að hitta einhvern augliti til auglitis hefur að mestu verið skipt út fyrir Zoom fundi eða myndsímtöl þar sem rædd efni hafa færst á netið - helsti gallinn er að þessar tegundir stafrænna samtala takmarka heildarupplifunina af samræðum.

Textaskilaboð gera okkur ekki kleift að meta nákvæmlega tón og svipbrigði einhvers, svo að svara með eins orðs svörum gæti stafað af leiðindum, ágreiningi eða að vera annars hugar frá samskiptum við marga aðra aðila samtímis.

Viðtal sem tekið er í gegnum síma takmarkar getu þína til að skilja hvernig ráðningaraðili tekur á móti og vinnur úr svörum þínum. Þar sem engin samskipti eru á milli þín og þeirra getur það orðið sífellt erfiðara að skilja aðra nákvæmlega.

Samtalistar á samfélagsmiðlum
Nafnleynd getur verið ótrúlegur kraftur; það gerir þér kleift að verða ósýnilega ráðandi á sama tíma og þú getur látið rödd þína heyrast án ábyrgðar; að gefa öðrum aðgang að ómældum auðæfum án takmarkana frá vegabréfaeftirliti er eins og að hafa vængi án takmarkana á hvar eða hvenær þú flýgur.

Aðeins takmarkað af innsláttarhraða, innsláttur nafnleynd gerir þér kleift að segja hluti sem þú gætir annars aldrei sagt beint við einhvern í eigin persónu.

Tilviljunarkenndar hugsanir verða að skoðunum, sem síðan breytast í rökræður. Þú veist aldrei hvort sá sem gagnrýnir hárgreiðsluna þína mislíkar hana í alvörunni eða að hún hafi bara átt slæman hárdag sjálf; Málfrelsi þeirra gerir það ómögulegt að átta sig á því hvernig fólk hugsar og skynjar tilteknar upplýsingar.

Alþjóðleg samskipti þvert á menningarheima
Við höfum ekki lengur samskipti eingöngu innan sveitarfélaga okkar, nú þegar fyrirtæki og sambönd spanna landamæri. Menningar hafa blandast saman þar sem samskipti okkar hafa breiðst út um allan heim - það sem var talið virðingarverð hegðun á öðrum endanum gæti nú talist móðgandi í öðru horni. Umferð um borð mun taka tíma þar sem við aðlagast og samþykkjum þennan mismun hvert við annað á meðan við lærum að lifa saman og eiga skilvirkari samskipti yfir landamæri.

Við verðum ekki aðeins að yfirstíga tungumálahindranir heldur getur oft verið nauðsynlegt að sætta sig við að skeytingarleysi annars einstaklings gagnvart augnsambandi stafar kannski ekki af leiðindum heldur frekar virðingu. Með tímanum verðum við að þróa gagnkvæma viðunandi leið til samskipta milli menningarheima.

Eftir því sem þessi alþjóðlegu samskipti verða sífellt áhrifameiri koma áhrif þeirra helst fram heima; leiðir oft af sér ruglingi og áfalli frekar en vanhæfni fólks til að skilja aðra.

Langt síðan samtöl snerust um veiðar, fjölskyldu, börn og að lifa af. Þó að samtöl hafi snúist um þessi efni, þá er nú svo margt fleira sem við getum rætt - allt frá bankastarfsemi og fjárfestingum til íþrótta, tækni og jafnvel stafrænnar væðingar, það eru svo mörg efni og undirefni sem hægt væri að ræða ítarlega.

Áhugamál hafa aldrei verið jafn fjölbreytt; Það getur verið mjög erfið áskorun að halda uppi samtölum á milli þeirra. Hugur þinn getur reikað auðveldlega þegar þú talar við einhvern sem hefur verulega mismunandi áhugamál frá þínum; þetta leiðir til ruglings og rangtúlkana á gjörðum, sem gerir það að verkum að það er enn erfiðara að lesa huga einhvers en áður.

Þar sem heimurinn okkar breytist hratt getur það verið krefjandi að halda í við örar framfarir hans og eiga þroskandi og gefandi samtöl við fólk. Til þess að gera þetta með góðum árangri og lesa þær nákvæmlega er nauðsynlegt að hafa þessa þætti í huga á sama tíma og þeir þróast á jöfnum hraða.

Hvað þarf til að fá ótrúlegt starf? Mes Ef það væri einfaldlega undir skólagöngu og háskólaeinkunnum einum saman, væri ekki einu sinni þörf á persónulegum viðtölum. Hefur þú einhvern tíma fengið tilboð eftir að hafa einfaldlega skoðað LinkedIn prófíla um hugsanlega umsækjendur um starf og verið hrifinn af núverandi vinnustöðum? Það er mjög ólíklegt; gráður gefa ekki alltaf til kynna hvort einhver sé kjörinn frambjóðandi.

Fyrirtækjum er mjög annt um hugarfar þitt, venjur og hversu vel hugsanir þínar og gildi samræmast hugsunum þínum og gildum fyrirtækisins - þáttur sem berst líka út í lífið. Til dæmis, þegar þú velur lífsförunaut snýst það ekki bara um að leita að grínistum; frekar ættir þú að finna einhvern sem þú deilir svipuðum skilningi á hvernig heimurinn virkar með óorðnum hætti eins og að snerta hendur.

Það er rétt að lífið og fólkið getur oft verið flókið; enginn kemur með auðvelt svar þegar kemur að samskiptum eða félagslegum samskiptum. Ekkert viðvörunarmerki sem varar okkur við lygum, misnotkun eða eineltishegðun er alltaf sýnilegt á yfirborði þeirra. Rannsóknir á mannlegu eðli hafa leitt til margra merkilegra opinberana. Það eru mynstur í munnlegri og líkamlegri hegðun sem afhjúpar þessi sannindi með ótrúlegri nákvæmni, oft rannsakað náið af fagfólki sem leggur áherslu á að skilja þennan þátt tilveru okkar. Einstaklingar í slíkum hlutverkum eru meðal annars leyniþjónustumenn, sálfræðingar, rannsakendur, ráðgjafar og kviðdómendur. Rannsókn þeirra á mannlegum mynstrum gerir þeim kleift að ákvarða fljótt hvort einhver sé heiðarlegur, leynir leyndarmálum eða stundar glæpsamlega hegðun - þannig að hjálpa þeim að fella heilbrigðari dóma til að vernda bæði sjálfan sig og aðra fyrir hugsanlegri hættu.

Það þarf varla að taka það fram að samskiptahæfileikar í mannlegum samskiptum eru að mestu vanræktir í samfélaginu í dag. Þess vegna ætti að kenna þau í skólum og framhaldsskólum óháð náminu sem nemendur velja; fólk að lesa ætti ekki bara að takmarkast við sálfræðirannsóknir heldur; markaðsmenn, læknar, hjúkrunarfræðingar, lögfræðingar, ráðunautar, íþróttamenn - allir fagmenn sem fást við fólk ættu líka að læra þessa færni.

Leikni í samskiptum og fólkslestri

Fólk að lesa er vanmetin kunnátta sem oft er ómetin, rétt eins og tengsl hennar við tal. Það hugsa ekki allir á sama hátt og tala á sama hátt - allt eftir uppeldi, umhverfi, tilfinningum og persónuleikagerðum sem hafa áhrif á það sem við segjum - sem þýðir að ein manneskja getur sagt eitt en annar gæti túlkað það allt öðruvísi; á endanum snýst það um að geta lesið fólk nógu nákvæmlega til að komast að því nákvæmlega hvað hver annar maður meinar með því sem hún er að reyna að segja

Sambönd Samkvæmt Henry Winkler eru forsendur termítar tengsla - athugun sem gæti ekki verið sannari! Sama hvern það á í hlut; maki, foreldrar, vinir eða systkini: forsendur og misskilningur þjóna oft sem aðalhvatinn til að skapa átök í þessum samböndum; oft rangtúlkað sem áhugaleysi af þeirra hálfu eða tilraun eins systkina eða annars til að deila afreki sem talið er að nudda því inn í. Það eru ótal tímar í daglegu lífi okkar þar sem eitthvað sem við segjum gæti verið tekið úr samhengi alfarið eða rangtúlkað allt öðruvísi af öðrum - sem fær okkur til að efast um fyriraetlanir þeirra!

Ef þeir bara skildu hvað við áttum í raun og veru, þá væri ekki misskilið tilfinningar eða einlægar kvörtun sem aðskilnað og kvartanir. Alltof oft gerum við ráð fyrir að náin tengsl taki upp lúmskar vísbendingar, skap, hulin skilaboð eða ábendingar án þess að við þurfum að tjá okkur beint; er það ekki þess vegna sem samskipti eru slík listgrein: að skilja hvað aðrir meina án þess að þurfa að tjá sig sjálfur?

Stundum getur verið erfitt að lesa nákvæmlega skilti í samböndum. Skilningur, einbeiting og meðvitaður hugur er allt nauðsynlegt ef við viljum túlka þessi merki nákvæmlega; þegar það hefur verið keypt getur það skipt gríðarlega miklu máli við að viðhalda heilbrigðum samböndum. Við áttum eitt par sem bjó í næsta húsi sem trúði því að maðurinn hennar kipptist í hvert skipti sem hann laug að henni; sem leiddi til þess að þeir lentu oft í slagsmálum!

Í hvert skipti sem hún spurði hann erfiðrar spurningar, fylgdumst við öll vandlega með efri vör hans þakin áhrifamiklu yfirvaraskeggi og horfðum á þegar hún byrjaði að kippast til að bregðast við. Mín tilfinning á þeim tíma var: Hún vissi nákvæmlega hvernig á að koma auga á þegar hann var að ljúga! Þessar upplýsingar lofuðu ekki góðu þar sem þeir börðust oft um þær - þar til árum seinna þegar þeir leituðu í meðferð þar sem þeir lærðu að það kipptist ekki af því að hann var að ljúga heldur frekar vegna taugaveiklunar! Slíkar forsendur ollu svo miklum skaða í sambandi þeirra!

Nákvæm lestur fólks gæti hjálpað þér að sigrast á slíkum forsendum, sem gerir þér kleift að skilja sambönd betur þrátt fyrir hversu vel einhver getur tjáð sig munnlega.

Ferill

Ef þú hefðir vitað að yfirmaður þinn ætti ekki við vandamál að stríða utan vinnustaðarins sem tefðu verklok hans á réttum tíma, frekar en að vera bara svekktur yfir því að fá hana afhenta seint, gæti nálgun þín verið önnur: að bjóða upp á siðferðilegan stuðning og rými í staðinn. Að vera stöðugt að gagnrýna tafir myndi líklega skila sterkari tilfinningaböndum við hann eða hana og geta opnað dyr að tækifærum, bættum samskiptum og skilvirkari teymisvinnu.

Flest störf felast í því að vinna saman í teymum til að skila árangri, hvort sem það er sem læknar, kennari eða stjórnendur. Sama sérfræði þína - allt frá læknisfræði og kennslu í gegnum stjórnunarhlutverk - skilningur og að vinna vel með öðru fagfólki er lykilatriði til að vinna vinnu á skilvirkan hátt og eftir bestu getu. Sérstaklega verða leiðtogar að vinna með fjölbreyttum einstaklingum - hver og einn hefur mismunandi hæfileika, galla og viðbrögð þegar þeir standa frammi fyrir áskorunum eða gagnrýni - með því að skilja hvers vegna einhver bregst við eins og hann gerir, getur þú sérsniðið viðbrögð á viðeigandi hátt og nýtt hæfileika þeirra sem best.

Fyrirtæki í dag eru að fjárfesta mikið í að skapa ánægjulegt vinnuumhverfi fyrir starfsmenn sína, gera sér grein fyrir því að starfsmenn eru þeirra mesta fjárfesting og ættu að vera ánægð og ánægð til að geta staðið sig sem mest. Í auknum mæli er boðið upp á ívilnanir þar sem meiri áhersla er lögð á ánægju starfsmanna. Fyrirtæki verða að virða sérstöðu hvers starfsmanns en mæta tilfinningalegum þörfum í samræmi við það; lestur getur veitt fyrirtækjum áhrifaríkt tæki til að ná þessu. Fólk sem les getur einnig hjálpað starfsmönnum að halda starfsmönnum með því að skapa andrúmsloft sem stuðlar að vellíðan og framleiðni.

Félagslíf
Fólk er nauðsynlegt fyrir velferð okkar; þau styðja við tilfinningalega vellíðan, grunnþarfir og almenna andlega vellíðan. Allir menn þrá að heyra og skilja, svo fólk sem veitir öðrum öruggt rými til að gera það laðar oft að sér réttu orkuna - ímyndaðu þér að tala við einhvern sem skildi nákvæmlega hvað þú varst að reyna að segja án þess að þurfa endalausar útskýringar; þú myndir líklega leita að viðkomandi á öllum mögulegum viðburðum!

Andleg og tilfinningaleg heilsa Að skilja eigin hugsanir okkar getur verið nógu krefjandi; oft stafa viðbrögð okkar frá ótengdum aðilum - svefnleysi getur gert þig pirraður eða þunglyndur, á meðan smáhlutir gætu auðveldlega komið af stað viðbrögðum okkar án þess að við gerum okkur grein fyrir hvers vegna þeir gerðu það. Tilfinningagreind á stóran þátt í að viðhalda bæði tilfinningalegri og andlegri vellíðan okkar, með því að hjálpa okkur að þekkja og skilja eigin tilfinningar okkar; Lestur upphátt eykur innsýn þar sem það gerir okkur kleift að ráða fyrirætlanir annarra á auðveldari hátt, svo sem að skilja að útúrsnúningur frá maka þínum gæti alveg eins stafað af því að vera tveggja ára sem hefur misst af lúrtímanum!
Að skilja fólk getur hjálpað þér að vera rólegur og jákvæður jafnvel á tímum mikilla tilfinninga. Með því að fjarlægjast háð eða köst sem kunna að virðast beint að þér en eru í raun af völdum annarra, mun skilningur leyfa þér að vera jákvæður jafnvel á tímum umróts og erfiðleika.
Það getur tekið tíma og æfingu að lesa fólk, en að ná góðum tökum á því er þess virði að skapa sterkari tengsl bæði við annað fólk og sjálfan þig. Í vinnunni mun það gera afkastameiri teymisvinnu á meðan það getur í félagslífi þínu skapað sterkara net vina með því að bjóða þeim öruggt rými til að skilja og eiga frjáls samskipti.

Hvað kemur í veg fyrir að við skiljum fólk? Þótt hugarlestur orð fyrir orð sé ekki fyrir hendi í bili, hefur engum gervigreind, tækni- eða læknisfræðilegum framförum tekist að afkóða flókna taugarásina innra með okkur öllum - en samt hindrar eitthvað okkur í að skilja nákvæmlega talað. tungumál?

Hvað ertu að hindra þig í að lesa fólk rétt?

Ertu í erfiðleikum með að skilja fólk almennilega? Svo hvað hindrar þig í að ráða rétt hvað fólk meinar með ákveðnum aðgerðum og orðum? Að lesa fólk ætti að vera eins einfalt og að skilja svipbrigði, tón og samræður frá öðrum, samt gerist þetta ekki alltaf - sömu orð sem sömu einstaklingar tala við ýmis tækifæri geta þýtt allt aðra merkingu!

Einhver gæti sagt við þig „ég veit hvað þú meinar," en samt gæti tónninn bent til þess að hrós eða gagnrýni.

Stundum getur verið auðvelt að taka upp tón einhvers; í annan tíma getur það ekki verið. Við gætum rangtúlkað hvað einhver meinar af ýmsum ástæðum; hér eru nokkrir þættir sem hafa áhrif á hvernig við túlkum fólk:

Að þekkja þá of vel eða ekki nógu vel: Þegar samband þitt styrkist við einhvern aukast væntingar þeirra til þín að sama skapi. Ástvinir okkar ætlast til að við skiljum hvað þeir meina án þess að þurfa að útskýra sig eða eiga skilvirk samskipti. "Augu ættu að tala," þegar þú þekkir einhvern náið, en þeir misskipta oft þegar þeir eru ekki í réttu hugarfari. Það er alltaf meira á bak við hvert augnablik en sýnist; stundum gæti þessi saga jafnvel verið óþekkt þér! Það sem einhver segir eða meinar getur verið mjög mismunandi eftir persónuleika hans, umhverfi, hugsunum og öðrum daglegum áhrifum - það getur verið erfitt að vita nákvæmlega hvers vegna einhver gæti verið í óánægju skapi; gæti verið vegna þess að yfirmaður þeirra veitti þeim sorg.

Svipað og að rangtúlka orð og gjörðir einhvers sem við þekkjum ekki nógu vel, að þekkja ekki nógu vel getur einnig leitt til rangtúlkunar á orðum og gjörðum. Introvert hefur ekkert á móti þér - það tekur einfaldlega lengri tíma að opna sig en flestir. Þess vegna mun það líklega endar með misheppni að reyna að lesa alla jafnt.

Að horfa framhjá samhengi og einblína á tákn: Að forðast augnsamband gæti bent til þess að einhver sé að ljúga; en það gæti líka gefið til kynna áhugaleysi eða lágt sjálfsálit; Ein verstu mistök sem maður gæti gert þegar maður reynir að lesa fólk er að beita því sem maður les án þess að huga að samhengi og taka tillit til allra þátta þegar maður reynir að lesa einhvern. Þegar þú lest fólk verður þú að taka tillit til allra þátta frekar en að nota eingöngu upplýsingar úr einni bók sem sönnunargögn gegn einum einstaklingi.

Falla fyrir pókerandlitið: Ekki gera forsendur eingöngu byggðar á líkamstjáningu, orðum eða svipbrigðum þegar þú lest fólk. Að lesa fólk felur í sér að safna gögnum um einstaklinga áður en þau eru vandlega greind til að mynda nákvæmar getgátur um þá. Til dæmis, ekki gera ráð fyrir að einhver sé kvíðin bara vegna þess að lófan á honum er sveitt - passaðu þig líka á öðrum einkennum sem benda til svipaðrar taugaveiklunar eins og að rífast, vera kvíðin þegar talað er upphátt, stama þegar talað er o.s.frv... Það gæti bara verið að þeir ert í of mörgum lögum og finnst of heitt að innan!

Óvitandi um tilfinningar þínar: Það gæti bara verið að þú sért svo upptekinn af því hvernig einhver annar hagar sér að þú getur ekki metið hvernig þér líður út frá því hvernig hinn aðilinn hegðar sér eða þinni eigin skynjun á þeim? Kannski hindrar þín eigin hlutdrægni, fordómar eða skilningur á þeim þér frá því að sjá heildarmyndina; til að lesa fólk nákvæmlega byrjar það með sjálfsvitund og skilningi á því hvernig þú skynjar fólk.

Mistökum persónuleika eða aðstæðum sem dregur úr hegðun í raunveruleikanum Það eru tveir lykilþættir sem hafa áhrif á gjörðir einhvers - umhverfi þeirra og persónueinkenni. Því miður getur verið erfitt að gera greinarmun á þessu tvennu í samskiptum við ókunnuga og kunningja, sem leiðir til rangs mats á því hvað fólk er að reyna að miðla. Að hoppa of fljótt að ályktunum þýðir að gefa sjálfum þér nægan tíma til að skilja hvort hvernig einhver bregst við sé vegna persónulegra óska eða utanaðkomandi afla sem þeir verða að berjast við.

Gefðu í fermingarhlutdrægni: Þegar við myndum okkur fyrirfram gefnar hugmyndir um einhvern og tengjum merki við þá í huga okkar, er allt sem þeir segja eða gera eftir það til að rökstyðja þetta mat á þeim og staðfesta okkar eigin hugsanir um þá. Með því að gera þetta getum við hins vegar komið í veg fyrir að við sjáum heildarmyndina og einbeitum okkur í staðinn að því sem við teljum vera veruleika.

Að gefa eftir fyrir hlutdrægni í persónuleika: Þegar okkur finnst einhver aðlaðandi skapar hugur okkar of jákvæða mynd af honum í huga okkar. Þetta á líka við um fólk sem hefur venjur, áhugamál eða val líkjast okkar; Skoðanir okkar hafa tilhneigingu til að vera hagstæðari af einhverjum sem við teljum okkur dragast að í samanburði við einhvern annan en við bjuggumst við - og hindrar þannig nákvæmt mat á því hver þessi manneskja raunverulega er.

Áhrif frá fortíð þinni: Ef einhver blekkti þig nýlega eru líkurnar á því að þú gætir verið tregari til að treysta því sem einhver segir núna. Fyrri reynsla okkar getur mótað hvernig við dæmum annað fólk.

Ósveigjanleiki: Ef þú hefur sterkar skoðanir á einhverju og einhver er ósammála þeim, geta andlegar hindranir myndast til að forðast að samþykkja og skilja hvort annað að fullu og hlutlægt. Til dæmis, ef þú vilt frekar eyða peningunum þínum skynsamlega og er tileinkaður snjöllum fjárfestingaraðferðum, gæti þetta leitt til þess að þú dæmir neikvætt þá sem eyða án tillits til þessara mála.

Staðreyndin er sú að við höfum öll fyrirfram gefnar hugmyndir um hvað telst ásættanleg hegðun frá öðru fólki. Þó að það sé fullkomlega í lagi að hallast að eða blandast þeim með svipaða hugmyndafræði og hugsunarferli, getur það að geyma sterka dóma fólks sem passar ekki við okkar hugmyndafræði skapað hindranir á milli þess að skilja hvernig aðrir hugsa og hegða sér og að við skiljum að fullu sjónarmið þeirra og hegðun. Til þess að geta raunverulega skilið aðra og sætta sig við ágreining þeirra.

Umhverfi, uppeldi og persónuleiki gegna allt hlutverki í samskiptum okkar; Umhverfi okkar, uppeldi og persónueinkenni hafa öll áhrif á orð okkar, hugsanir og gjörðir. Persónuleikasérfræðingar hafa bent á sérstaka eiginleika og samskiptaaðferðir sem fólk notar venjulega: Persónulega sjálfstraust; Árásargjarn; Hlutlaus-árásargjarn

* Meðhöndlun

Eftir því sem þú kynnist fólki betur verður hæfni þín til að bera kennsl á samskiptastíl þess meiri. Skilningur hvers vegna einhver talar á ákveðinn hátt mun einnig aukast. Við fyrstu sýn hafa óvirkir miðlarar tilhneigingu til að forðast augnsamband og eru sammála öllu sem þú segir, svo að geta þekkt samskiptastíl þeirra mun gera nákvæmara mat á persónueinkennum og samböndum. Sérstakar aðstæður og sambönd krefjast mismunandi samræðna. Samskiptastíll er mismunandi eftir því hver er að tala; þú gætir notað óbeinar-árásargjarnar aðferðir þegar þú umgengst fólk sem þér líkar ekki við og meira manipulative aðferðir þegar þú talar við ókunnuga. Skilningur á þessum stílum mun gagnast ekki aðeins þér sjálfum heldur einnig öðrum. Svo skulum við kafa dýpra til að sjá hvernig hver samskiptastíll virkar og bera kennsl á svipaða stíla hjá öðru fólki.

Sjálfsagður samskiptastíll

Þessi samskiptastíll er almennt talinn einn af áhrifaríkustu formunum. Einhver sem notar þessa nálgun hefur staðfasta sannfæringu og skorast ekki undan að deila henni; þeir tala skýrt án þess að gera lítið úr trú einhvers annars; bera virðingu fyrir ólíkum sjónarmiðum á sama tíma og þeir tjá eigin skoðanir frjálslega; þeir sýna mikið sjálfsálit á meðan þeir leita samstöðu og málamiðlana í umræðum.

Auðvelt er að bera kennsl á staðfasta samskiptamenn með því að þeir nota oft „ég" þegar þeir tala. Til dæmis gætu þeir sagt hluti eins og: "Ég tel að við þurfum að styðja skoðanir hennar betur" í stað þess að orða það eins og: "Þú ættir að taka meira tillit til allra sjónarmiða". Þessir einstaklingar hafa einnig tilhneigingu til að sýna jákvæð viðhorf í samskiptum.

Hér að neðan eru nokkur merki um einhvern með ákveðna samskiptastíl: * Þeir tjá þarfir sínar og langanir af öryggi.

* Þeir halda augnsambandi. * Þeir hika ekki við að segja nei þegar við á. * Þeir gefa öllum jöfn tækifæri til að koma hugmyndum sínum að.

* Þeir nota „ég" staðhæfingar.

Til að eiga skilvirk samskipti við ákveðna ræðumann, leyfðu þeim að tjá hugsanir sínar frjálslega og leyfðu þeim að tjá nákvæmlega hvernig þeim líður þegar þeim er gefið svigrúm til að gera það. Sjálfsagt fólk hefur tilhneigingu til að deila skoðunum sínum frjálslega þegar það fær þetta tækifæri, sem gerir það auðveldara en aðra stíla að lesa og túlka ef þér finnst eitthvað ruglingslegt; spurðu bara spurninga þinna! Þeir munu glaðir veita öll svörin!

Árásargjarn samskiptastíll

Fólk sem notar þennan samskiptastíl hefur tilhneigingu til að vera árásargjarnt og fjandsamlegt. Markmið þeirra í samtölum er alltaf að vinna hvað sem það kostar og þeir telja oft framlag þeirra til samræðna miklu meira en framlag annarra þátttakenda. Innihald og samhengi hafa tilhneigingu til að glatast vegna þess hvernig þetta fólk kemur skilaboðum sínum til skila - þar sem árásargjarnir miðlarar nota oft ógnvekjandi og lítillækkandi tón þegar þeir tala; Slíkir einstaklingar geta þrýst harðar á þá með svipaðan stíl, sem gerir samskipti þeirra frekar krefjandi að lesa vegna þess að allt sem þeir segja glatast í baráttu sinni fyrir yfirráðum í samtölum.

Hér að neðan eru nokkur merki um að einhver hafi árásargjarnan samskiptastíl: * Þeir hafa tilhneigingu til að tala um aðra. * Þeir benda oft fingur. * Og loks kinka þeir kolli.

* Þetta fólk hefur tilhneigingu til að hræða, gera lítið úr, gagnrýna og ógna öðrum. Þeir eru líka krefjandi og stjórnandi.

* Samskiptaaðilar sem tjá hugmyndir sínar eða hugsanir með árásargjarnum tón hafa tilhneigingu til að nota staðhæfingar eins og "af því ég sagði það!" að halda fram umboði sínu. Helsti greinarmunurinn á ákveðnum og árásargjarnum samskiptamanni er löngun þeirra til yfirráða; áræðinn samskiptamaður vill frekar leiða en að vera leikstýrður. Þegar þú talar við einhvern með árásargjarnan stíl skaltu reyna að halda samtölum einbeittum og við efnið; Jafnvel þó að samtöl fari úrskeiðis skaltu koma þeim til baka með því að leggja mat á það sem þau eru að segja frekar en að taka tillit til tóns þeirra þegar reynt er að skilja boðskap þeirra.

Hlutlaus samskiptastíll

Einnig nefndur undirgefinn samskiptastíll, óvirkir samskiptamenn hafa tilhneigingu til að einbeita sér að því að þóknast öðru fólki með því að forðast átök og halda samtölum gangandi á vinsamlegan hátt. Þeim líkar illa við árekstra og svara oft með því að samþykkja eða segja já. Öfugt við það sem kann að virðast í upphafi, taka fólk með þennan samskiptastíl ekki alltaf í jákvæðar samræður - árangurslaus hæfni þeirra til að koma sjónarmiðum sínum á framfæri getur leitt til mikillar gremju og neikvæðni með tímanum; Óbeinar samskiptamenn eiga erfitt með að tjá sig skýrt á meðan óvirkir miðlarar geta jafnvel gert þá erfitt að lesa þar sem við heyrum varla hugsanir þeirra tjá sig opinskátt!

Hér eru nokkur merki um að einstaklingur sé að taka þátt í óbeinum samskiptum:
* Þeir ná sjaldan augnsambandi.
* Líkamsstaða þeirra er undirmál. * Viðhorf þeirra hefur tilhneigingu til að vera „farðu með straumnum“.
* Fólk með þennan stíl á oft erfitt með að segja nei. Til þess að eiga skilvirk samskipti við fólk af þessum stíl er best að spyrja margra spurninga og hvetja það til að koma sjónarmiðum sínum á framfæri.

Hlutlaus-árásargjarn samskiptastíll

Allir hafa sinn gráa blæ í samskiptum; Passive-Agressive Communication Style er engin undantekning. Sameining tveggja mismunandi nálgana til samskipta, nær yfir óvirka hegðun fyrirfram með árásargirni sem bíður í vænginn við öll merki um átök; þessir einstaklingar geta virst notalegir en geta borið með sér töluverða gremju og reiði undir yfirborðinu.

Gremja lýsir sér oft í slúðri, kaldhæðni, yfirlætislegri hegðun eða óbeinum athugasemdum og athugasemdum sem lýsa gremju óbeint. Fólk með þennan samskiptastíl er venjulega að takast á við óleyst vandamál og sýna þau óbeint með því að nota óbeint og árásargjarn samskiptastíl: * Þeir nota kaldhæðni oft * Orð þeirra passa ekki við gjörðir þeirra * Þeir eiga erfitt með að viðurkenna tilfinningar

* Andlitssvip þeirra passa ekki við það sem þeir eru að segja.

Þeir kunna að nota setningar eins og: "Ekki vera í uppnámi! Þetta var bara grín!" eða: "Sama hvað gerist; mér er alveg sama!" og geta oft komið fram sem aðgerðalaus árásargirni eða vondur þegar þeir tjá fyrirætlanir sínar; þannig að þetta er erfiðast að túlka þar sem flest það sem þeir segja kemur frá óleystum átökum og málum.

Fólk sem notar stjórnunarsamskiptastíl Fólk sem notar þennan samskiptastíl treystir á svik og áhrif til að móta niðurstöður samræðna og gjörða annarra með orðum. Tal þeirra getur oft verið erfitt að afkóða vegna þess að hvert orð sem þeir segja virðist vera hvatt til þess sem þeir eru að vonast til að fá; Raunveruleg áform þeirra eru oft falin undir lögum af blekkingum eða meðferð; þetta fólk getur oft virst vera niðurlægjandi og mun reyna sitt besta þar til þú samþykkir það sem það segir.

Eftirfarandi eru nokkur merki um að þú ert að tala við einhvern með manipulative stíl: * Þeir gefa venjulega yfirlýsingar af mikilli sannfæringu. * Þeir hafa tilhneigingu til að bregðast ekki vel við þegar þeir standa frammi fyrir misvísandi sjónarmiðum. * Þeir halda augnaráði þínu lengur.

* Þeir nota handbendingar þegar þeir tala.

Þegar rætt er við þessa ræðumenn ætti að sýna þolinmæði og rósemi í jöfnum mæli. Reyndu að bregðast ekki tilfinningalega við með því að vera staðfastur en ákveðinn í sannfæringu þinni; leyfðu ekki skoðunum þeirra að hafa áhrif á þínar eigin skoðanir en ekki vera ósammála heldur eða þá munu þeir einangra sig. Samskiptastíll sýnir margt um einstakling; auðvitað fara þeir eftir því við hvern maður er í samskiptum; með því að fylgjast vel með þessum stílum geturðu sniðið svör á viðeigandi hátt og fengið meiri innsýn í að skilja fólk betur

Menning er afleiðing þess að margir ólíkir þættir sameinast: hefðir, þjóðsögur, helgisiðir, málnotkun, lífsstílsval og skoðanir - þetta stuðlar allt að því að móta hvernig við höfum samskipti og skiljum hvert annað. Menning er ekki bara til landfræðilega - tvær manneskjur í sambandi þróa sína eigin aðskildu menningu með tímanum þar sem samskipti þeirra, málnotkun og helgisiðir hafa áhrif á og móta hana frekar - alveg eins og mismunandi fyrirtæki, svæði eða alls kyns sambönd gera líka!

Þegar þú reynir að skilja einhvern verður þú líka að öðlast skilning á menningu þeirra. Að vita hvaðan einhver kemur; trú þeirra og venjur; Eins og heilbrigður eins og allir einstakir helgisiðir eða siðir sem gera þá sérstaka skiptir sköpum til að þróa samkennd með þeim einstaklingi.

Fólk sem er vant því að fylgja ákveðnum reglum og siðum hefur tilhneigingu til að hafa önnur samskipti en þeir sem eru með fjölbreytta helgisiði. Einhver sem er vanur að mæta á fundi þar sem enginn mætir á réttum tíma mun ekki meta mikilvægi þess eins mikið, sem leiðir til þess að þeir telja að skortur á tímastjórnunarhæfileikum sé vegna agamála frekar en menningarlegrar aðlögunar.

Einstaklingur sem kemur frá menningu sem einkennist af ákveðnum stílum, tungumálum og samskiptaformum mun líklega hafa þessi áhrif með sér þegar hann á í samskiptum við einhvern utan eigin menningar.

Sem áhorfandi sem reynir að lesa fólk ættir þú að fylgjast vel með menningarlegum bakgrunni þess. Hafðu í huga að þetta nær ekki aðeins til trúarbragða þeirra og þjóðernis, heldur einnig hvers kyns smámenningar til viðbótar sem kunna að hafa þróast vegna tilheyrandi tilteknum samfélögum, samtökum eða öðrum áhrifum.

Samskipti og menning eru háð innbyrðis. Menning verður til í samskiptum einstaklinga sem stuðla að gagnkvæmum samskiptum til að framleiða mynstur, lög, reglur og helgisiði sem móta samfélagið í heild. Samskipti okkar mynda burðarás menningar sem þróast stöðugt í gegnum alþjóðleg samskipti sem eru orðin dagleg nauðsyn.

Fólk af mismunandi menningu og þjóðerni hefur oft samskipti á mismunandi hátt.

Menning í dag er komin til að ná yfir miklu meira en bara eina leið til að vera og gera hlutina; eftir því hvern samfélag eða samfélag hefur samskipti við félagslega eða faglega, getur verið margvísleg menning og helgisiðir innan þess rýmis.

Sem slíkur er lestur og skilningur fólks að verða bæði auðveldari og meira krefjandi í jöfnum mæli. Til að skilja hvert annað betur verðum við að brjóta niður forsendur og búa til rými sem veita rými fyrir mismunandi viðhorf, reglur og helgisiði undir sama þaki. Hins vegar geta verið sérstakar áskoranir sem standa frammi fyrir þegar samskipti og skilningur eru á fólki frá ýmsum menningarheimum eins og:

Fólk hefur mismunandi samskipti. Tungumálin okkar eru mismunandi sem og orð og orðasambönd sem við notum. Jafnvel orðasambönd sem virðast einfalt og „hvað sem þú vilt" gætu haft mismunandi túlkanir á milli menningarheima; þumalfingur upp getur annað hvort verið jákvætt eða móðgandi eftir því hverjum það var gefið. Allt frá sætafyrirkomulagi til fjarlægðarmismuna milli einstaklinga, allt er skilið mismunandi eftir þjóðum um allan heim.

Það eru ekki allir sem takast á við átök á sama hátt; sumir gætu litið á það sem leið til að komast að árangursríkum niðurstöðum á meðan aðrir líta á það sem áskorun. Þegar þú átt samskipti þvert á menningarheima verður þú að vera næmur á tilfinningar annarra og fylgjast vel með því hvernig þeir bregðast við ákveðnum aðgerðum sem þú eða aðrir hlutaðeigandi aðilar gera.

Berðu virðingu fyrir persónulegu rými. Covid-19 gæti hafa neytt okkur til að þróa félagslega fjarlægð, en aðrir menningarheimar sætta sig ekki við líkamlega snertingu og nálægð heldur. Þegar þú reynir að lesa fólk nákvæmlega, vertu á varðbergi gagnvart þessum sérkennum og reyndu að brjóta ekki inn á persónulegt rými neins með því að fara of nærri eða þvinga þig inn of snemma.

Sem fólk sem býr í þessum gríðarlega fjölbreytta heimi, erum við háð hvert öðru til að lifa af og uppfylla. Til að mæta þessari þörf á áhrifaríkan hátt er mikilvægt að við tökum tillit til menningarmunar og takmarkana hvers annars. Þú getur ekki búist við því að lesa einhvern nákvæmlega án þess að skilja fyrst hvað hefur mótað orð þeirra og gjörðir; það sem einhver segir gæti endurspeglað alla lífsskoðanir þeirra og lífsreynslu - að sýna góðvild getur farið langt í að styrkja tengsl okkar allra.

Eftir að hafa tekið þátt í samtali við vin, áttarðu þig allt í einu á því að þeir eru hættir að svara verulega og kinkar bara kolli með því sem þú segir án þess að leggja fram mikið eigin inntak. Á því augnabliki vildirðu að þú vissir hvernig ætti að lesa skap þeirra nákvæmlega - eitthvað sem krefst þolinmæði og skilnings; samt örugglega hægt!

Að lesa fólk getur breytt því hvernig þú nálgast það og öfugt. Að skilja tilfinningar og þarfir fólks gerir þér kleift að bregðast við á viðeigandi hátt og dýpka tengslin. Aðlaga samskiptastíl og tóna til að tengjast fólki dýpri. Hins vegar, hvað ættir þú að leggja áherslu á þegar þú reynir að lesa fólk? Að skilja hvers vegna þeir haga sér eins og þeir gera getur veitt innsýn í sálfræði mannsins; það er einmitt það sem þessi kafli mun fjalla um!

Annar hluti fjallar um að skilja mannshugann í gegnum aldalangar rannsóknir, vísindalegar niðurstöður og athugun á mannlegu eðli. Við förum yfir mismunandi kenningar sem hjálpa til við að afhjúpa mismunandi persónuleikagerðir og mannlegar grunnþarfir sem hvetja til hugsanamynstur og hegðun fólks - þekking sem mun reynast ómetanleg í samskiptum við ólíkt fólk úr öllum áttum.

Hefur þú hugleitt hvað hvetur fólk Hefur þú einhvern tíma íhugað hvað hvetur aðra og sjálfan þig hvað varðar daglegar hvatir og langanir? Hefur þú ákveðið drifkrafta þeirra Hefurðu hugsað um hvað drífur þig áfram? Hvað sem drífur hressilega aksturinn þinn er líka líklegast að keyra aðra líka.

Hvað drífur þig áfram í lífinu?

Að skilja þessa milljón dollara spurningu getur skipt gríðarlega miklu máli fyrir bæði sjálfan þig og þá sem standa þér næst - hvatning er krafturinn sem heldur öllu á sínum stað.

Að finna út hvað hvetur fólk er lykillinn að því að skilja það, samt getur þetta verið erfitt vegna þess að allir eru öðruvísi. Fortíð og nútíð manns hafa áhrif á markmið þeirra sem hvetja þá áfram með lífinu þrátt fyrir erfiðleika sem þeir lenda í á leiðinni.

Þannig að til að átta sig til hlítar hvað hvetur fólk áfram er nauðsynlegt að kynnast því hvert fyrir sig. Með því að hitta fólk beint og tengjast á nánu stigi geturðu lært um fyrri reynslu þess, baráttuna sem það hefur sigrast á, lykilfólki í lífi sínu og hvaða drauma eða markmið sem þeir vonast til að elta í lífinu - upplýsingar sem gera þér kleift að púsla saman persónuleika sínum sem sýnir drifkraft þeirra í lífinu.

Samkvæmt vísindamönnum og sálfræðingum fæðist allt fólk með þrjár alhliða þarfir sem knýja þá áfram:

1. Sjálfstæði -hvatningin til að taka persónulegar ákvarðanir- er í fyrirrúmi, en 2. Hæfni veitir hvatningu til að fá viðurkenningu fyrir eitthvað.

3. Þörf fyrir tengsl - löngunin til að finnast aðrir vera metnir að verðleikum [3]

Þess vegna, þegar þú reynir að skilja hvata einhvers til að breyta, skaltu fylgjast vel með efninu sem þeir koma með í samtali. Er drifkraftur þeirra löngun þeirra til að stjórna málum, fjármálum og öðrum þáttum lífs síns; eða löngun þeirra til að ná hærri stöðum í starfi með samkeppnishæfari starfsmarkmiðum; eða kannski er það einfaldlega að vera til staðar og til staðar fyrir þá sem eru í lífi þeirra: vini, samstarfsmenn eða fjölskyldu?

Að tala við þá mun gefa vísbendingu um hvað hvetur þá. Þessar þrjár grundvallar eðlishvöt geta veitt hvatningu; Hins vegar eru aðrir kraftar sem einnig hvetja einstaklinga.

Sumir einstaklingar verðlauna frægð og völd. Þegar þú sérð valdamikið fólk eins og stjórnmálamenn, eigendur fyrirtækja eða leiðtoga verkalýðsráðs í stöðum eins og stjórnmálum eða aðild að stéttarfélagsráði eru þeir líklega knúnir áfram af því að fara lengra upp í ferilstiganum. Aðrir finna hvatningu með því að taka að sér leiðtogahlutverk innan stofnunar eða lands og koma breytingum með frumkvæði sem bæta hluti eins og þjónustu eða aðstöðustjórnun.

Maður getur séð þennan drifkraft ekki aðeins í tali þeirra og gjörðum heldur einnig í því hvernig þeir bregðast við. Til að tengjast þessum tegundum einstaklinga, vertu beint, málefnalegur og rökréttur. Þeir meta tíma sinn mikils; svo þeir munu virða þig ef þú virðir tíma þeirra líka.

Þar sem sumir einstaklingar eru knúnir áfram af ytri öflum, finna aðrir hvatningu í innri þáttum eins og ástríðu. Þetta gæti falið í sér að ferðast um heiminn eða vinna að einhverju sem gagnast öðrum; augu fólks lýsa upp þegar rætt er um efni sem vekja áhuga þeirra; oft fórna svefni, tómstundum eða heilsu fyrir stærri markmið.

Um leið og þú tengist einhverjum sem hefur ástríðu knýr gjörðir þeirra, ætti að verða auðveldara að byggja upp tilfinningaleg tengsl. Skilningur á áhrifum fólks fjarlægir allar getgátur um hvernig best sé að skilja það.

þarfastig Maslows)
Til að átta sig betur á huga og tilfinningum manna þróaði Abraham Maslow (amerískur sálfræðingur) kenningu um þarfastigveldi sem sýnir grunnþarfir sem hvatningu fólks. Þessi kenning samanstendur af fimm stigum í framsetningu pýramída.

Þegar grunnþörfum hefur verið fullnægt, einbeitir maður sér að því að mæta fleiri stigum þar til fullkominni ánægju er náð og efsta stigi pýramídans þeirra er náð.

Maslow taldi að fólk væri hvatt til að uppfylla grunnkröfur sínar áður en lengra var haldið í átt að flóknari kröfum.[4]

Við skulum kryfja þessi fimm stig stigveldis til að öðlast betri skilning á því hvað hvetur einstaklinga í lífinu til að ná lengra í viðleitni sinni.

Stig I: Lífeðlisfræðilegar þarfir nemenda

Þessar grunnþarfir eru nauðsynlegar til að lifa af og fela í sér:
* Vatn >> matur.4vetement Fatnaður og skjól.
* Hvíld
Á grunni pýramídans eru þessar þarfir sem ákvarða líf eða dauða. Jafnvel með sterk sambönd og sjálfstraust til staðar, án matar til að lifa af væri tilvera þín í hættu - sem og sambönd þín þar sem grunnþörfum þínum er ekki fullnægt muntu líklega leita annarra heimilda til að fylla það tómarúm - eins og að reyna að fylla ferhyrnt gat með kringlóttum pinnum!

Stig tvö í þarfastigveldi Maslows Þegar við komumst upp þarfastig Maslows, verður öryggi og öryggi forgangsverkefni þeirra sem hafa þegar uppfyllt lífeðlisfræðilegar þarfir. Þessar þarfir koma til vegna þrá eftir stjórn og reglu í lífinu og fela í sér: * Heilsa og vellíðan * Fjárhagslegur stöðugleiki Í upphafi gætu þessar áhyggjur aðeins haft takmarkaða aðdráttarafl en þegar þú stækkar upp pýramídann Maslows verða þær mikilvægar, svo sem fyrir fólk með lífeðlisfræðilegar þarfir hafa þegar verið fullnægt
* Vörn gegn meiðslum og slysum Þessar þarfir knýja einstaklinga til að fá góða atvinnu með möguleika til framfara, tryggja sjúkratryggingu, leggja sitt af mörkum til sparnaðarreikninga og búa í öruggum hverfum til varnar gegn þjófnaði og ofbeldi.

Maslow lýsir stigi 3 í stigveldi sínu þannig að það feli í sér ástar- og tilheyrandi þarfir sem hér segir. Þessar félagslegu þarfir fela í sér að tilheyra, samþykki og ást - tilfinningalegar þarfir sem samsvara mannlegum tengslum og tengslum eins og rómantískum samböndum, vináttu, félagslegum aðstæðum eða samfélagshópum sem fullnægja þessum eðlishvötum.
* Trúfélög
Að finnast aðrir elskaðir og metnir er lykillinn að því að berjast gegn einmanaleika, kvíða, þunglyndi og sorg. Viðhengi skapa tilfinningu um að tilheyra lífinu með því að veita þroskandi tilgang - tilfinningatengsl eru afar mikilvæg til að hvetja mannlega hegðun á þessu stigi mannlegrar þróunar.

Eftir því sem við komumst upp þarfastig Maslows verða kröfur flóknari. Á þessu stigi eru virðingarþarfir aðal hvatningin hjá fólki - að láta undan löngun sinni eftir virðingu og aðdáun er það sem kyndir undir þessu öllu! Fólk ver meira af tíma sínum og kröftum í íþróttaiðkun, fagleg afrek, námsárangur eða hvers kyns önnur úrræði sem stuðla að því að fullnægja kröfum um sjálfsálit.
Fólk á þessu stigi vill finna að það sé að leggja sitt af mörkum til samfélagsins og séu verðmætir meðlimir. Ánægð hamingja þýðir að vera ánægður með sjálfan sig, sem aftur

styrkir aðra í kringum sig. Jákvæð áhrif í lífi annarra verða mikilvæg uppspretta staðfestingar til að gera líf annarra betra.

Fólk sem getur ekki uppfyllt þetta þarfir þróar oft með sér minnimáttarkennd og er viðkvæmt fyrir vandamálum með lágt sjálfsálit; fyrir vikið telja þeir sig ekki eiga heima í samböndum og að aðrir hefðu það betra án þeirra. Þetta hefur aftur neikvæð áhrif á mannleg samskipti þar sem þessi minnimáttarkennd hefur tilhneigingu til að valda skaða og skaða mannleg tengsl í kjölfarið.

Hins vegar, jafnvel þarfir sem falla á hæsta stig geta samt haft áhrif á heildar lífsgæði.

Stig 5: Sjálfsframkvæmdarþarfir

Þegar grunnþörfum einstaklings hefur verið fullnægt getur hann haldið áfram að mæta sjálfsframkvæmdarþörfum með því að kanna innra sjálf sitt og beita hæfileikum sínum til persónulegs þroska. Á þessu stigi ætti endanlegt markmið þitt að vera að ná djúpum lífsfyllingarstigum sem endist alla ævi.

Engir tveir hafa sömu hugmynd um hugsjónasjálf sitt, sem hefur áhrif á gjörðir þeirra. Sumir leggja áherslu á að afla meiri peninga; aðrir leitast við að setja svip á skapandi sviðum eða bjóða sig fram í samfélagsþjónustu; enn aðrir leita innri lífsfyllingar með sjálfsþróun eða að gefa til baka. Allir þrá að ná þessari fullkomnu ánægju en áföll koma oft í veg fyrir framfarir - nokkrir einstaklingar komast upp pýramídann áður en þeir komast loksins á þetta stig fullnægingar.

Maslow benti á þetta efsta stig sem „vaxtarþarfir" en hinar fjórar neðri sem „skortþarfir". Þegar leitast er við að fullnægja skorti á þörfum geta komið upp þættir sem leiða til skorts á ýmsum þáttum eins og matarskorti, fjárhagslegu álagi eða einangrunartilfinningu. Með því að fara upp hvert stig í þarfastigveldi Maslows er hægt að útrýma óhamingju eitt skref í einu.

Þvert á móti, ef þarfir þínar á fimmta stigi eru ekki uppfylltar, munu þær ekki leiða til tafarlausra erfiðleika hvað varðar mat, fjárhag eða öryggi; þær stafa frekar af löngun þinni til að þróa sjálfan þig frekar sem einstakling og geta haft mjög skaðleg áhrif á hamingjustig þitt.

Kenning Maslows sýnir sig oft sem stíft stigveldi; þó hafa margir tekið eftir því að uppfylling hennar fylgir ekki óbilandi framförum sem byggist á þörfum hvers og eins. Sumir kunna til dæmis að setja sjálfsálitsþarfir fram yfir ást og viðurkenningarþarfir, eða kannski yfirskyggir skapandi árangur jafnvel grundvallarþarfir með öllu; það veltur allt á forgangsröðun einstaklingsins.

Kenning Maslows um þarfir veitir fimm kjarnaþarfir sem samanstanda af hegðunarhvöt. Með því að skilja hvaða þrep pýramídans einstaklingur fellur geturðu skilið þau betur og átt skilvirk samskipti.

T kallast vísindi vegna þess að skilja eitthvað jafn flókið og mannlega hegðun krefst nákvæmrar greiningar á huga og hegðun. Greining á slíkum rannsóknum veitir þér tæki til að hafa ekki aðeins samúð með fólki heldur bregðast við á viðeigandi hátt þegar það virðist reiður, sorgmæddur, hamingjusamur eða upplifa aðrar tilfinningar.

Hefur þú einhvern tíma íhugað kenningu Jungs um fjórar sálfræðilegar aðgerðir Hefur þú einhvern tíma fundið sjálfan þig að efast um hvers vegna sumt fólk virðist meira heima á stórum félagsfundum á meðan aðrir blómstra meira þegar haldið er í smærri innilegar aðstæður? Hefur þú velt því fyrir þér hvers vegna sumir eru alltaf tilbúnir að skemmta sér á meðan aðrir þrá innsýn í kvöld með bók við eldinn?

Vegna þess að meðvituð orka og áhugamál hvers og eins flæða í mismunandi áttir út frá persónulegri sálfræðilegri upplifun hans og umhverfisáhrifum, var þessi kenning sett fram af svissneska sálgreinandanum og sálfræðingnum Carl Jung. Samkvæmt honum eru ákveðin viðhorf og hlutverk ráðandi í persónuleikanum sem andstæðar tilhneigingar sem ákvarða ríkjandi persónuleikagerð hans; þessar leiðbeiningar ákvarða síðan viðhorfsgerð þess: innhverf eða úthverf.

Jung benti á að ríkjandi viðhorf eða aðgerðir verða hluti af mannlegri meðvitund á meðan andstæða þeirra táknar ómeðvituð persónueinkenni; slíkar tilhneigingar koma oft fram undir streitu eða í gegnum drauma.

Áður en við könnum kenningu Jungs um fjórar sálfræðilegar aðgerðir skulum við líta fljótt á tvö persónuleikaviðhorf sem hann hefur lýst sem grundvöll hennar.

Introversion vs Extroversion - Sundurliðun viðhorfa

Introversion og extroversion tákna gagnstæða enda viðhorfs litrófs, ákvarðað af því hvernig maður setur út orku. Stefna einstaklingsins að utanaðkomandi þáttum spilar líka inn í.

Innhverfarir hafa tilhneigingu til að draga orku sína frá hlutum og tryggja að utanaðkomandi áhrif beiti þeim ekki krafti; extroverts á hinn bóginn hafa tilhneigingu til að lengja orku í tilraun til að mynda virk tengsl við þessa hluti. Samkvæmt skilgreiningu einblína innhverfarir á innri heiminn á meðan úthverfarir einbeita sér meira að ytra umhverfi - sálfræðingar í dag eru sammála kenningu Jungs um að þessi skapgerð geti borist erfðafræðilega.

Kenning Jungs segir að við höfum tilhneigingu til að bregðast við á fjóra mismunandi vegu út frá ríkjandi persónuleikaviðhorfum okkar: hugsun, skynjun, innsæi og tilfinningu.

Hann skipti þessum aðgerðum enn frekar í tvo aðskilda hópa: Rök (hugsun og skynjun) og óræð (innsæi og tilfinning).

Innhverf og úthverf er ekki hægt að skilja í einangrun; frekar verður að skoða þær í samhengi við þessar fjórar aðgerðir til að skapa heildarmynd af persónuleika einstaklings. Þessi kenning reynir að sýna fram á hversu flókin tegundafræði mannsins er.

Kenning Jungs heldur því fram að öll fjögur föllin geti orðið ráðandi á mismunandi tímum eftir ytri aðstæðum; enn ein virkni sker sig venjulega úr vegna meðfæddra tilhneiginga eða þroskaþátta - svona lýsir jungísk kenning þeim.

Hugsun: Þetta matsform byggir á rökfræði og huglægum samhengi milli hluta til að meta sannleika eða ósannindi reynslu, greina raunveruleikann með rökfræðilegri truflun og greiningu og taka upplýstar ákvarðanir. Ferlið felur í sér kerfisbundna og skynsamlega hugsun þar sem það hjálpar til við að skilja raunveruleikann með kerfisbundnu samspili og rannsókn.

Skynjun: Þessi aðgerð táknar fagurfræðilegt gildi sem upplifun er úthlutað án nokkurs rökrétts mats eða rökstuðnings; í staðinn eru skynjun skynjað út frá því hvernig hlutirnir birtast án þess að hika; hvaða hugtök sem er eins og samhengi, merking, afleiðingar eða aðrar túlkanir eru utan verksviðs þess og táknar upplýsingar nákvæmlega eins og þær birtast skynfærum.

Innsæi: Innsæisaðgerðin beinist að innsæi okkar eða almennri skynjun á aðstæðum frekar en nákvæmri greiningu eða rökréttum frádrætti. Innsæið veitir stefnu í gegnum skilning sinn á aðstæðum, samböndum og duldum möguleikum í aðstæðum, án sannana eða sannana til að styðja það. Að bæta merkingu við atburði með því að lesa innsæi inn í aðstæður ásamt því að taka upp mynstur sem gætu verið minna áberandi strax er hluti af þessari aðgerð.

Tilfinning: Tilfinning er tilfinningalegt hlutverk sem felur í sér að meta aðstæður út frá hlutdrægni manns, líkar við og mislíkar. Ákvarðanir eru teknar út frá fyrri reynslu sem hefur áhrif á tilfinningar um svipaðar aðstæður - sem er alltaf huglægt.

Kenning Jungs um fjórar sálfræðilegar aðgerðir setur skynsamlega og óræð aðgerðir á sitt hvorum enda litrófsins (þ.e. tilfinning er andstæð hugsun og innsæi er andstæð skynjun), þannig að ef skynjun er ráðandi hlutverk þitt þá væri innsæi ekki með í aukahlutverkum þínum; frekar að hugsun og tilfinning yrði áfram virkir ákvarðanatökur sem taka óafvitandi þátt í ákvarðanatökuferli.

Svipuð rökfræði á við um persónueinkenni (innhverfa og úthverf). Ef ríkjandi hugsunarháttur þinn er innhverfur, eru líkurnar á að undirmeðvitundartilfinningin þín verði úthverfur.

Fólki finnst oft erfitt að nota aukavirkni sína á áhrifaríkan hátt, en með æfingum og meðvitund um gjörðir þínar geturðu lyft þessum subliminal getu upp í meðvituð hugsunarmynstur.

Hægt er að lesa fólk með því að vita hvort ríkjandi hlutverk þeirra hallast að því að vera innhverfur eða úthverfur, sem þú getur ályktað með algengum táknum eins og félagsvilja þeirra, tjáningarhæfni eða félagshring. Þegar þessar upplýsingar hafa verið staðfestar geturðu spáð fyrir um hvaða aðgerð þeir nota venjulega þegar þeir taka ákvarðanir.

Frá því á áttunda áratugnum hafa geðlæknar notað Enneagram persónuleikakenningu til að bera kennsl á einkenni og eiginleika einstaklinga. Það samanstendur af níu punkta skýringarmynd þar sem hver punktur táknar eina persónuleikagerð sem samsvarar því hvernig fólk hugsar, líður og hegðar sér gagnvart sjálfu sér og öðrum. Það eru 27 undirgerðir innan hvers punkts með þremur lykilstöðvum sem tákna tilfinningu, aðgerð og hugsun sem allar hafa áhrif á hegðun okkar í mismunandi umhverfi, að lokum ákvarðast af undirliggjandi hvötum okkar.

Enneagram leitast við að einkenna fólk út frá ríkjandi hvatum þess, ótta og hegðun til að skilja betur persónuleika einstaklingsins. Við lestur fólks sem notar Enneagram greiningu veita persónuleikagerðir þess dýpri innsýn í styrkleika og veikleika einstaklings sem og hvernig þeir tengjast samfélaginu í heild. Ennfremur hjálpar Enneagram að skilja hvata á bak við hvers vegna einstaklingar haga sér eins og þeir gera.

Enneagram kenningin fullyrðir að fólk fæðist með eina ríkjandi persónuleikagerð, en þetta getur breyst vegna reynslu og utanaðkomandi þátta. Ytri og meðfæddir eiginleikar hafa tilhneigingu til að hafa áhrif hver á annan; eðlislæg persónueinkenni ákvarða hvernig einhver bregst við í streituvaldandi aðstæðum; sem aftur mótar persónuleika þeirra í annaðhvort að vera kvíða eða rólegur.

Þetta fræðilega kerfi undirstrikar enn frekar þá staðreynd að fólk passar ekki snyrtilega í einn flokk; persónuleiki þeirra samanstendur í staðinn af mörgum eiginleikum sem sameina grunngerðir, með nokkrum „vængjum“ til viðbótar, þekktur sem skapbreytingar eða vængi. Þótt vængir hafi nokkur áhrif á skapgerð breyta þeir ekki marktækt ríkjandi persónuleikagerðum; Samkvæmt þessari kenningu hafa grunneiginleikar tilhneigingu til að haldast stöðugir með tímanum, þó að sérstakir eiginleikar geti breyst vegna ytri áhrifa eins og venja og heilsu.

Einstaklingar geta haft nokkur persónueinkenni, þar sem ríkjandi gerð er alltaf áberandi sem mikilvægust fyrir þá. Enneagram próf getur hjálpað til við að bera kennsl á þessi persónueinkenni.

Nú skulum við íhuga: hverjar eru þær níu persónuleikagerðir sem finnast í Enneagram persónuleikans? Skoðum þær nánar.

Enneagram Tegund 1 - Meginreglur umbótasinnar Fólk sem tilheyrir þessari persónuleikagerð er knúið áfram af löngun til að starfa siðferðilega og siðferðilega réttlátlega. Þeir meta heilindi, meginreglur, sjálfstjórn og fullkomnun á öllum sviðum lífsins. Einstaklingar hafa tilhneigingu til að vera samþykkir bæði sjálfum sér og þeim sem eru í kringum þá á meðan þeir leitast við að ná sjálfum sér og afburða á öllum sviðum lífs síns. Þeir hafa tilhneigingu til að samþykkja bæði sjálfa sig og þá sem eru nákomnir þeim en geta stundum orðið óþolandi og dómharðir þegar ófullkomleikar þeirra koma upp á yfirborðið eða láta þá líða ófullnægjandi eða ófullnægjandi sjálfir.

Tegund Ones búa venjulega í aðgerðamiðstöð Enneagramsins, þó að aðgerð þeirra og stjórn hafi tilhneigingu til að koma innan frá - í gegnum meginreglur, aga og sjálfsaga. Þessar meginreglur þjóna sem leiðarljósi þeirra og láta þá líta út fyrir að vera skipulagðir og gæðamiðaðir.

Fólk sem tilheyrir þessum flokki hefur tilhneigingu til að búa yfir bráðri tilfinningu fyrir réttu og röngu og setja háar kröfur bæði fyrir sig og fólkið í kringum það. Innri samræður þeirra innihalda oft fullt af "ég verð" eða "ég ætti" staðhæfingum þar sem þeir halda innra skorkorti gegn sjálfum sér, sem gæti leitt til stækkunar og samdráttar í lífi þeirra.

Þeir eru þekktir fyrir að upplifa oft reiðisköst, þó þeir haldi henni venjulega í skefjum. Reiði þeirra birtist venjulega með gremju eða pirringi þegar aðrir taka þátt í óábyrgri eða siðlausri hegðun; í öfgafullum tilfellum lýsir það sér í aðgerðalausri og árásargjarnri hegðun þar sem líkamleg stífni þeirra eykst á meðan þeir verða óvenju kurteisir þrátt fyrir að vera gagnrýnir á aðra og virðast oft ekki móttækilegir fyrir gagnrýni utanaðkomandi, sem leiðir þá niður á leið í átt að gremju og að lokum reiði.

Tegund Ones eru tiltölulega sjaldgæfar - samkvæmt einni rannsókn með yfir 54.000 svarendum, eru aðeins 10% af Tegund Ones.[6]

Enneagram tegund 2 - tillitssamir aðstoðarmenn

Tegund tvö hafa eðlislæga löngun til að finnast fólkið í kringum sig elska það og leggja mikla áherslu á að rækta þroskandi tengsl og örlæti, góðvild og óeigingirni. Markmið þeirra er að gera heiminn að kærleiksríku umhverfi með því að veita þeim sem standa þeim næst stuðning og athygli.

Þegar þeir eru bestir geta tegund tvö verið hlýir, ástúðlegir og gjafmildir einstaklingar sem deila hógværð og auðmýkt með heiminum. Því miður geta minna heilbrigðir Tvíburar virst sjálfhverfnir og stjórnsamir, gefa bara fyrir verðlaun; Innri rödd þeirra segir þeim að þeir séu aðeins þess virði ef aðrir elska og þurfa á þeim að halda og það gæti orðið til þess að þeir teygja sig of mikið og gefa meira en nauðsynlegt er.

Aðgerðarmynstur tveggja er knúið áfram af löngun þeirra til að þróa sambönd. Þess vegna beita þeir krafti og krafti í að mynda náin tengsl og vináttu, draga fólk að með rausnarlegum látbragði eða hrósi sem láta aðra finnast sérstakt og metið. Tveir hafa tilhneigingu til að veita framúrskarandi ráðgjafaþjónustu eins fljótt og þeir bregðast við þegar einhver þarf aðstoð, eða skynja að einhver gæti hugsanlega skaðað þá sem þeim þykir vænt um.

Hugsunarferli tvímenninganna er stýrt af yfirvegun og hugulsemi. Þeir eru í takt við þarfir annarra - jafnvel þá sem eru ekki meðvitaðir um langanir þeirra - sem gerir það að verkum að hugsanir þeirra neyta oft af öðru fólki og hvernig á að tengjast þeim á þroskandi hátt. Þar af leiðandi gæti verulegur hluti af andlegri orku verið tileinkaður því að reyna að tengjast.

Tvímenn hafa tilhneigingu til að hafa mikla ánægju af því að finnast þeir vera ómissandi, sem getur þýtt stolt sjálfsvirðingu eða ýkta tilfinningu fyrir eigin mikilvægi og að lokum grafið undan mannlegum samskiptum.

Tilfinningar tveggja hafa tilhneigingu til að birtast ytra sem hlý og stuðningsorka. Sterk samkennd þeirra gerir þá hæfa í að skynja tilfinningar annarra og bregðast við í samræmi við það, og þó þeir séu almennt vingjarnlegir í garð fólks geta þeir stundum komið á óvart með aukinni reiði sinni þegar þeim finnst þeir hafa verið hunsaðir eða meðhöndlaðir á ósanngjarnan hátt; Tveir eru staðfastir þegar þeir vernda þá sem þeim þykir vænt um þegar þeir skynja að þeir séu meðhöndlaðir á ósanngjarnan hátt og upplifa tilfinningalega sársauka ef þeir eru hunsaðir eða hunsaðir.

Tegund tvö eru um það bil 11 prósent íbúanna, þar sem konur eru algengari innan þess hlutfalls en karlar.

Enneagram Tegund 3 - Samkeppnishæf afreksmaður
Afreksfólk í samkeppni er hvatt af löngun til að fara fram úr sjálfum sér og fara fram úr fyrri afrekum með meiri. Árangur, viðurkenning og skilvirkni verða afar mikilvæg í augum þeirra, sem leiðir til þess að þeir aðlaga gjörðir sínar eftir aðstæðum til að ná nýjum árangri.

Þegar þeir eru bestir má líta á þessa einstaklinga sem reglubundna, vinnusama og áhugasama einstaklinga sem dreifa heilindum og von um allan heim. Hins vegar getur löngun þeirra til velgengni stundum eytt þeim að svo miklu leyti að það leiðir þá í burtu frá mikilvægum samböndum í lífinu - sem gerir þeim kleift að finnast þeir sérstaklega mikilvægir sjálfir og auka tilfinningu þeirra fyrir sjálfsvirðingu með athöfnum frekar en orðum.

Gerendur hafa tilhneigingu til að starfa með markmiðsmiðuðum aðgerðaáætlunum. Orka þeirra og einbeiting beinist að því að sinna verkefnum á skilvirkan hátt. Margir sem tilheyra þessari persónuleikagerð geta auðveldlega breytt persónu sinni til að passa við hvaða hegðun, hlutverk eða væntingar sem til þeirra er ætlast; Keppniseðli þeirra kemur oft fram við afþreyingu eða í vinnunni - einstaklingar í þessari persónuleikagerð hafa tilhneigingu til að finna athafnir eða keppnir sem gera þeim kleift að skína meira á meðan félagslegir Þrír kjósa liðakeppni sem tækifæri til að sýna leiðtogahæfileika innan hópa - virðast kraftmiklir og sjálfsöruggir í hvaða tíma sem er.

Hugsunarmynstur þremenninganna gefur persónuleika þeirra bjartsýna forskot. Þeir sjá mistök sem tækifæri til að læra frekar en að láta þá halda aftur af þeim frá því að halda áfram með markmið sín. Þrír hafa tilhneigingu til að leggja áherslu á upplýsingar sem styðja sjónarhorn þeirra en gera lítið úr öðrum. Árangur þeirra liggur í hæfni þeirra til að einbeita sér að réttu hlutunum og taka útreiknaðar ákvarðanir; Hratt hugsunarferli þeirra gerir þeim kleift að átta sig fljótt á öllum aðstæðum áður en þeir aðlagast með viðeigandi samskipta- og þátttökuhæfileikum til að láta hlutina ganga samkvæmt áætlun.

Samkeppni þeirra stafar af löngun þeirra til að bera sig saman við aðra og dæma sjálfa sig eftir því hversu vel eða illa þeir bera sig, verða oft á kafi í starfi sínu, þar til það verður hluti af því hver þeir eru sem einstaklingur.

Tilfinningamynstur þeirra gerir þeim kleift að losa sig við hvaða aðstæður sem er og taka hlutlægar, skynsamlegar ákvarðanir. Neikvæðar tilfinningar þeirra - eins og streita, ótta og kvíði - eyða þeim ekki, en samt upplifa þeir gremju og reiði.

Þrímenn miða að því að forðast að lenda í slæmri hlið fólks þegar það er mögulegt ef það getur stuðlað að velgengni þess á einhvern hátt. Þeir eru meðvitaðir um hvernig fólk getur brugðist við viðhorfum sínum og gjörðum; þótt þeir kunni að virðast vingjarnlegir að utan gætu þeir fundið fyrir vantrausti á aðra; áhersla þeirra liggur í að varpa trausti til annarra og bæla þannig niður allt sem tekur fókusinn frá því að gera þetta; aðrir geta litið á Þrír sem óhreyfða eða jafnvel alvarlega vegna þessarar hegðunar.

Enneagram Type Threes eru meðal sjaldgæfustu persónuleikategundanna. Af 54.000 þátttakendum sem tóku þátt í rannsókn sem nefnd var áðan greindu aðeins 11% sig á þessa persónuleikagerð; flestir tilgreindu sig sem karlmenn.

Enneagram Tegund 4--Intense Creative
Enneagram Type Fours eru knúin til að tjá einstaka sköpunargáfu sína með orðum, vinnu eða hvaða annarri útrás - þar með talið tungumálið sjálft! Þar sem þeir meta einstaklingshyggju leggja þeir mikla áherslu á tjáningu og tilfinningar.

Rómantíkur í hjarta sínu og aðdáendur fegurðar, Fours eru sannir sköpunargáfur í fyllsta skilningi. Þegar best lætur eru þeir sem tilheyra þessum flokki viðkvæmir en þó innihaldsríkir, með ekta yfirbragð sem gerir þá einstaka; í versta falli geta þeir komið út fyrir að vera skapstórir eða depurð vegna þess að þeir eru meðvitaðir um galla þeirra og sár; Sjálfsspjall þeirra felur í sér að leita tilgangs í lífinu með því að tjá sig á ekta.

Aðgerðir fjögurra eru knúin áfram af þörf þeirra til að tjá sig. Þeir þrífast með því að deila djúpri reynslu með þeim sem þeim þykir vænt um, oft með því að draga fram innri listamann sinn eða nota tákn. Sérvitur persónuleiki þeirra gerir þá oft svekkta og vonsvikna þegar þeir sinna leiðinlegum verkefnum sem uppfylla ekki langanir þeirra.

Fjórmenn hafa tilhneigingu til að nota staðhæfingar eins og „ég", „ég" og „mitt," sem deila persónulegri reynslu með áhorfendum. Þó að þetta gæti virst sjálfhverft í fyrstu, þá er þetta í raun þeirra leið til að tengjast öðrum og byggja upp sambönd.

Hugsunarmynstrið þitt stafar af þörf þinni til að fylla öll göt í lífi þínu, eins og að vanta hluti af sjálfum þér. Þeir hafa tilhneigingu til að innræta neikvæðar upplýsingar um sjálfa sig á meðan þær virða að vettugi jákvæðar upplýsingar - sem leiðir til þess að þeir innbyrðis neikvæð skilaboð um sjálfa sig á sama tíma og þeir hafna öllum jákvæðum fréttum, sem aftur getur kallað fram viðbrögð þegar einhver bendir á neikvæðar afleiðingar um þær. Dóm þeirra verður skýjað af tilfinningum þar sem dómgreind þeirra byggir að miklu leyti á tilfinningum frekar en rökfræði - þetta leiðir oft til þess að hlutdrægar ákvarðanir eru teknar vegna þessarar hlutdrægni í dómgreind sem byggir á reynslu eða tilfinningatengslum sem mynda grunninn að mikilvægum ákvörðunum.

Innhverft eðli fjórmenninganna hefur tilhneigingu til að leiða þá inn á innri braut hugsana sem er stundum of djúp til þæginda þeirra, leiðir þá niður á neikvæðar hugsanaleiðir sem á endanum dregur úr sjálfsáliti þeirra og leiða þá til að misskiljast af öðru fólki.

Tilfinningar fjögurra eru þeirra mesti kostur; þeir hjálpa þeim að finnast þeir tengjast heiminum og öðrum eins. Að auki eru fjórmenningarnir mjög meðvitaðir um tilfinningar annarra - oft meira en þeir sjálfir! Því miður hafa fjórmenningarnir tilhneigingu til að dvelja of lengi við tilfinningar sínar sem gerir það að verkum að þær virðast djúpar, ákafar og skaplegar.

Fjórir trúa því að það að upplifa tilfinningar sínar - hvort sem er sorg eða hamingju - geri þeim kleift að kanna hverjir þeir eru í raun og veru. Tilfinningar þeirra sveiflast oft með breytingum í heiminum í kringum þá, þó að sorg, þrá og missir hafi tilhneigingu til að hafa meiri áhrif en hamingja og geta látið þá virðast depurð eða fjarlæg samfélaginu. Því miður taka þeir hlutina of alvarlega og þurfa smá léttúð í lífi sínu.

Einstaklingar af tegund fjögur hafa tilhneigingu til að vera einstakir einstaklingar sem skera sig úr hópnum með einstaklingshyggjunum sínum og hæfileika, sem gerir þá oft áberandi í hópnum. [7]

Enneagram Tegund 5 - Rólegur rannsakandi
Fimmmenn eru þekktir fyrir innhverf eðli sitt, knúin áfram af innri löngun til að afhjúpa sannleikann og skilja aðra til að taka ákvarðanir. Þegar þeir reyna að skilja umhverfi sitt leggja Fives mikið gildi í þekkingu og hlutlægni þegar þeir taka ákvarðanir byggðar á hlutlægri þekkingu. Fimmmenn forgangsraða einnig sjálfstæði umfram allt annað og eru áfram meðvitaðir um fjárhagslegan sparnað í stað þess að biðja aðra um aðstoð eða biðja aðra um stuðning þegar þeir taka fjárhagslegar ákvarðanir; ennfremur virða þeir friðhelgi einkalífsins með því að gefa öðrum nóg svigrúm til að lifa.

Aðrir líta oft á fimmmenni sem vitra og hugsjónamenn, með ekki viðhengi sem gera þýðingarmikil tengsl við fólk. Í versta falli geta Fives virst gáfulega hrokafullir eða ótengdir tilfinningum sínum þar sem þeir hörfa oft inn í sjálfsskoðun til að reyna að skilja heiminn í kringum sig.

Fimmmenn einbeita aðgerðum sínum að því að njóta einverunnar og eigin félagsskapar og leggja mikla áherslu á „næði“, þó að hver einstaklingur geti skilgreint það á annan hátt. Þeir nota einir tíma til að endurhlaða fjármagn og setja mörk við aðra á meðan þeir eru sjálfstæðir - þetta felur oft í sér að gera breytingar á venjum eða umhverfi til að viðhalda sjálfræði án þess að verða háð. Þessar breytingar gætu falið í sér að taka upp naumhyggjulegan lífsstíl eða hamstra á einum öfga eða hinum endanum.

Fimmmenn hafa tilhneigingu til að vera íhaldssamir með hvernig þeir nýta tiltækar auðlindir þar sem það getur hindrað sjálfstæði þeirra. Þeir geta virst fjarlægir eða áhugalausir þar til eitthvað sem vekur áhuga þeirra kemur upp - á þeim tíma muntu finna að þeir eru mjög móttækilegir og tjáskiptar og deila upplýsingum með öðrum.

Hugsun er kjarninn í veru þeirra, þar sem þeir trúa eindregið á að þekking sé kraftur. Þekkingarþorsti þeirra knýr þá til að kanna upplýsingar í dýpt; ef eitthvað vakti áhuga þeirra myndu þeir leggja sig fram um að ná tökum á því og festa sig í sessi sem sérfræðingar á því sviði.

Hugurinn er heilagt rými þar sem þeir geta fundið huggun frá restinni af lífinu. Fólk með þennan hæfileika getur skipulagt upplýsingar í ýmis hólf í huganum - hvort sem það eru atburðir, dagsetningar eða aðrar staðreyndir - til að viðhalda áhuga á ýmsum efnum en skapa skýr mörk á milli ýmissa þátta samskipta og lífsins.

Tilfinningaástand þeirra er undir miklum áhrifum af heilagetu þeirra, þar sem þeir hafa tilhneigingu til að skilja tilfinningar sínar með því að vitsmuna og treysta huganum til að skilja þær. Því miður gerir þetta það erfitt fyrir þá að skilja á milli tilfinninga og hugsana, sem gerir þá oft örmagna eftir tilfinningalega atburði eða opin verkefni.

Maður getur orðið örmagna þegar hann er stöðugt að stjórna persónulegum auðlindum og orku, samt getur hæfni þeirra til að losa sig við tilfinningar hjálpað til við að stjórna orku á skilvirkari hátt. Með því að losa sig, öðlast þeir vald yfir því hvenær eigi að rifja upp eða endurupplifa tilfinningar þegar þeim hentar, sem gerir ráð fyrir frekari tilfinningalegri úrvinnslu þegar þeim hentar. Tilfinningaleg fjarlæg hegðun þeirra þjónar tveimur hlutverkum - hún gerir þeim kleift að stjórna tilfinningum auðveldara auk þess að vernda gegn sársauka og sársauka; því miður veldur þessi viðbragðsbúnaður stundum að þeir virðast kaldir eða fjarlægir öðrum; samt sem áður skapar þessi stefna fyrir sjálfssýn og yfirvegaðan persónuleika.

Tegund fimm eru sjaldgæfar persónuleikagerðir. Könnun með 54.000 bréfriturum leiddi í ljós að aðeins 10% þátttakenda falla að meðaltali undir þessa persónuleikagerð og hún er algengari meðal karla samanborið við konur (14% fyrir karlkyns þátttakendur og 7% fyrir konur).

Enneagram Type 6--Loyal Skeptic Sixes eru knúin áfram af sterkri löngun til að tilheyra og öryggi; þetta stýrir ákvörðunum þeirra og samskiptum. Þar sem þeir leitast við að tryggja öryggi í öllum aðstæðum, meta sexmenn fólk sem sýnir hollustu á sama tíma og þeir eru ábyrgir; þeir sýna oft hugrekki á meðan þeir eru djúpt tengdir sjálfum sér - gefa þeim sem eru í kringum þá gjafir trausts og hollustu í skiptum. Óheilbrigðir sexar hafa tilhneigingu til að hafa óhóflegar áhyggjur á meðan óttann lækkar varnir sínar, þannig að þeir virðast tortryggnir, efast eða kvíða.

Innra sjálfsspjall þeirra segir þeim að heimurinn getur verið óöruggur og grimmur staður, svo að vera tilbúinn og tryggur þeim sem þér þykir vænt um er lykilatriði til að lifa af. Þeir leitast við að óttast ekki það sem bíður þeirra þarna úti og eru á varðbergi og horfa alltaf upp á grimmd þess.

Sexmenn sýna venjulega eitt af tveimur aðgerðamynstri. Annað hvort sýna þeir ótta og forðast hegðun til að forðast tilfinningalega yfirþyrmandi aðstæður eða þeir reyna að takast á við kvíða með því að horfast í augu við hann. Flestir sexar falla einhvers staðar á milli þessara öfga; Hegðun þeirra mun breytast eftir aðstæðum í lífi þeirra.

Ákveðið fólk sem tilheyrir þessari persónuleika hegðar sér oft í áhættuhegðun til að sanna fyrir sjálfu sér og öðrum að þeir séu hugrakkir og óttalausir, hvort sem það birtist í áhættusömum ævintýrum eða munnlegum athöfnum gegn fólki með mótfælni. Sexmenn eru þekktir fyrir að vinna ötullega, stöðugt, af alúð og samkvæmni á sama tíma og þeir leggja mikla virðingu fyrir ábyrgð, hollustu og helga sig að fullu hvaða verkefni sem er. Aðdáunarvert vinnusiðferði þeirra gerir þá að verðmætum starfsmönnum, sem gerir annað fólk þægilegt að afhenda þeim verkefni.

Sexmenn hafa tilhneigingu til að forðast vandamál þegar mögulegt er. Þegar þeir standa frammi fyrir óþægilegum aðstæðum hvetur hugsunarmynstur þeirra hins vegar til að greina ógnir og áhættu á gagnrýninn hátt til að vera í takt við umhverfi sitt og viðurkenna allar mögulegar áskoranir og vandamál sem gætu komið upp. Þó að þeir hafi getu til að leysa eigin vandamál fljótt og skilvirkt, geta svar þeirra stundum falið í sér „já, en“ sem gerir samskipti allra hlutaðeigandi erfið.

Fólk með þessa persónuleikagerð er meðvitað um vald sitt í hugsun sinni. Þó að þeir upplifi að þeir séu verndaðir og studdir af yfirvöldum, hafa þeir líka áhyggjur af því að verða fyrir vonbrigðum eða vonbrigðum af öðrum. Hugsunarferli þeirra felur í sér að spyrja sjálfa sig innri spurninga sem þjóna sem „innri nefndir“, þar sem margar óútskýrðar tilfinningar eru skoðaðar ásamt augljósum.

Tilfinningar þeirra snúast oft um kvíða þar sem þeir einbeita sér að verstu tilfellum í daglegum samskiptum, upplifa oft læti eða vægar áhyggjur; eða ákafari form eins og skelfing og ótta. Tilfinningaleg viðbrögð þeirra leyfa skjótan aðgang hvenær sem er; en því miður þýðir þetta að endurtaka áhyggjufullar atburðarásir í huga þeirra, jafnvel þegar hlutirnir ganga vel fyrir þá í lífinu; hafa tilhneigingu til að gera lítið úr jákvæðum tilfinningum en dvelja við neikvæðar í staðinn.

Með því að vera djúpt samstilltur tilfinningum sínum, hafa margir tilhneigingu til að varpa tilfinningum sínum, vonum, hugsunum og ótta ómeðvitað yfir á þá sem eru fyrir framan þá. Þeirra eigin efasemdir og óöryggi birtast oft í erfiðri hegðun sem veldur öðrum vandamálum.

Fólk með týpur sex persónuleika er hægt að þekkja á getu þeirra til að passa óaðfinnanlega inn í hvaða umhverfi sem er og leitast alltaf við að styðja þá sem standa þeim næst.

Enneagram Type 7 - Áhugasamur hugsjónamaður

Fólk sem tilheyrir persónuleikategundinni sjö er afar áhugasamt um lífið, alltaf hvatt til að hámarka ánægju þess á meðan forðast misvísandi aðstæður. Eðli málsins samkvæmt hafa sjömenn tilhneigingu til að vera bjartsýnir - leita alltaf að tækifærum sem veita þeim innblástur í lífinu og nýta þessa möguleika þegar þeir eru fyrir hendi. Þeir líta á lífið sem ævintýri sem knýr sjálfsprottinn þeirra og þakklæti fyrir allt í kringum sig; þó að aðrir gætu skynjað sjöundu sem rólega þegar þeir eru í „nútímaham“, þar sem þeir njóta ánægju af sjálfsprottnum athöfnum; vegna þessa sjálfsprottna eðlis gætu þeir virst óskuldbundnir eða jafnvel einbeitingarlausir vegna löngunar þeirra í adrenalínflæði frá lífinu!

Hegðun þeirra beinist að því að finna leiðir til að flýja rútínu og einhæfni í lífi sínu, svo þeir leita á virkan hátt að athöfnum eða fólki sem bætir spennu og ævintýrum. Þeir eru aldrei hræddir við að prófa nýja hluti, þeir yfirgefa stundum óunnin verkefni fyrir meira spennandi verkefni.

Sjömenn leitast við að vera virkir og halda áfram af öryggi. Orka þeirra felst í því að takast á við hverja áskorun af kappi; þessi straumur af adrenalíni sem kemur frá hverju spennuhlaupi heldur þeim áfram sterkum. Undir þrýstingi getur þessi persónuleiki skipt um áætlanir eða fjölverkaverkefni til að klára verkefni með góðum árangri. Líkaminn þeirra getur oft farið fram úr huganum þegar þeir takast á við nýjar viðleitni - þetta þýðir að mikil orkustig þeirra birtist oft sem stöðug hreyfing eða upptekið líkamstjáning - gefur öðrum þá tilfinningu að þeir séu eirðarlausir en þetta er einfaldlega þeirra leið til að vera viðloðandi!

Hugsunarmynstur Sevens er knúið áfram af virkum huga sem breytist fljótt á milli hugmynda og tengsla áreynslulaust, sem fær þá til að kanna hvað vekur áhuga þeirra og færir tafarlausa ánægju. Þess vegna felur hugsunarmynstur þeirra í sér hraða andlega úrvinnslu og örvun í sameiningu. Sjömenn hallast að því að hafa nóg af valmöguleikum og líkar ekki við að finnast þeir vera takmarkaðir í hvaða tilliti sem er; að hafa valmöguleika veitir þeim frelsi; fljótur vitsmuni þeirra gerir þeim kleift að öðlast þekkingu á mörgum sviðum sem hvetur til nýsköpunar og sköpunargáfu þar sem þeir hafa nóg af gögnum innan seilingar til að draga úr.

Þeir hafa líka gaman af því að deila hugmyndum sínum með öðrum þar sem þetta heldur þeim innblásnum og uppteknum við lífið. Þegar nýjar upplýsingar berast hafa þeir tilhneigingu til að skilja þær fljótt á meðan þeir uppgötva enn meira á leiðinni.

Sjömenn hafa tilhneigingu til að upplifa jákvætt tilfinningalandslag sem birtist í kraftmiklum og hressum persónuleika, sem leiðir til þess að aðrir líta á sjöuna sem bjartsýna, glaðlega og áhugasama einstaklinga. Þegar þeir standa frammi fyrir neikvæðum tilfinningum eins og leiðindum, sorg, kvíða eða ótta leita þeir ósjálfrátt að leiðum til að snúa þessum neikvæðu tilfinningum við fljótt til að flýja óþægindin hraðar.

Eðlileg tilhneiging sjömanna til jákvæðra tilfinninga veldur því oft að þeir líta neikvæða reynslu bjartsýni með því að setja þær í hugum þeirra sem námsreynslu eða tækifæri. Því miður gerir þessi hagræðing það að verkum að erfiðara er að taka ábyrgð á aðgerðum þegar allt gengur suður; en á jákvæðan hátt heldur það viðhorfum þeirra jákvæðum og hjálpar til við að viðhalda bjartsýnu sjónarhorni á lífið.

Sjömenn hafa tilhneigingu til að vera mjög verndandi fyrir persónulegu rými sínu og kunna ekki að meta að vera áskorun um hæfileika sína. Ef þú skorar á sjö, búðu þig undir að horfast í augu við reiði þeirra. Þegar þeir standa frammi fyrir óþægilegum eða þungum aðstæðum, vinna sjömenn sleitulaust að því að létta skapið með brandara eða gefa léttar yfirlýsingar til að draga úr spennu og koma á jafnvægi með því að taka þátt í hlátrasköllum.

Truity rannsóknin komst að því að Enneagram Type Sevens samanstóð af 9 prósentum aðspurðra af 54.000 þátttakendum.[8]

Enneagram Type 8-Active Challenger Type Eights eru knúin áfram af þörf sinni fyrir að sýnast sterkar og forðast að sýna varnarleysi eins mikið og mögulegt er, sem leiðir til þess að þeir eru beinir og áhrifamiklir í að takast á við aðstæður sem þeir taka þátt í. Þeir taka fljótt stjórn á aðstæðum með því að stjórna það með beinum hætti. Áttumenn dafna þegar þeir eru áskorun og eru sanngjarnir í samskiptum sínum og nota réttláta réttlætiskennd sína til að vernda aðra. Þegar þeir eru bestir virðast Eights vera mjög umhyggjusamir en samt sterkir en þó aðgengilegir. Þegar Áttur starfa í takt við raunveruleikann gefa þeir okkur öllum sakleysi. Hins vegar, í versta falli, geta Áttur virst árásargjarn, ráðríkur og lostafullur sem hluti af þeirri stefnu þeirra að virðast stærri en lífið í oft grimmum heimi. Með því að stjórna aðstæðum telja þeir sig geta sigrað í kringum óréttlæti auðveldara.

Átta búa í hjarta Enneagram. Þeir eru í kjarna þess, grípa til aðgerða byggðar á eðlishvöt frekar en að gera alls ekki neitt, sem kemur oft fram með ákafu og beinu tali, orðavali, líkamstjáningu og ákvarðanatöku. Áttamenn elska að taka völdin og láta hlutina gerast á þeirra eigin forsendum; Sjálfstæði þeirra gerir þeim kleift að sinna verkefnum sem þeim finnst fullnægjandi.

Samstarf við aðra kemur ekki af sjálfu sér í áttundum; þeir gera það af skyldurækni. Áttamenn leggja metnað sinn í að halda stjórn, oft örstýra atburði sjálfir og enda oft á því að örstýra öðrum þegar þörf krefur. Skjót aðgerðir þeirra þjóna þeim vel þegar aðrir verða gagnteknir og verða óstýrilátir - þeir stíga fljótt inn, taka stjórnina og leysa hluti á skilvirkan hátt án þess að hika eða tafar.

Örstjórnun er kannski ekki uppáhaldsstarfsemi þeirra, en hún heldur þeim í stjórn á aðstæðum og skilar árangri - þannig gera þeir allt sem þarf til að ná þessu markmiði.

Áttamenn þola ekki vanhæfni og veikleika hjá þeim sem þeir taka ábyrgð á, en eru samt grimmilega verndandi fyrir þá sem eru undir stjórn þeirra. Þegar einhver sem þeim þykir vænt um fær ósanngjarna meðferð, munu Eights berjast óþreytandi til að halda uppi réttlæti og leiðrétta allt óréttlæti sem þeim er beitt.

Áttumenn hafa tilhneigingu til að flokka fólk sem veikt eða sterkt og bregðast við í samræmi við það og gefa oft ákveðnum einstaklingum meiri athygli út frá þessari „allt eða ekkert“ matsaðferð. Áttumenn hafa tilhneigingu til að hlynna að heiðarleika fram yfir tvíræðni þegar þeir meðhöndla ágreiningsaðstæður, kjósa sannleika fram yfir að vera utan við lykkjuna þar sem það lætur þá finna til vanmáttar yfir ástandinu; Að útbúa sig eins mikið af upplýsingum um uppfærslur, framfarir eða viðburði hjálpar áttundum að einbeita sér að heildarmyndinni á skilvirkari hátt.

Að vera einbeittur að eigin hvötum meira en annarra er lykilatriði fyrir þetta fólk; þeir kunna ekki að meta að vera neyddir til að gera hluti sem þeir hafa ekki gaman af eða finnst leiðinlegir, því þetta sóar orku þeirra á óhagkvæman hátt.

Áttur hafa flókið tilfinningamynstur. Þeir hafa tilhneigingu til að reiðast fljótt og bregðast við í samræmi við það, en eftir að hafa fengið útrás fyrir reiðina fljótt halda þeir fljótt áfram frá því. Vegna þess að áttamenn leitast við að forðast að finnast þeir vera viðkvæmir hafa þeir tilhneigingu til að tjá tilfinningar um sorg eða veikleika opinskátt - í staðinn kjósa frekar að viðurkenna þessar tilfinningar aðeins þegar þær eru öruggar - sýna ást með krafti og vernd sem hluta af sjálfsmynd sinni.

Truity rannsóknin með 54.000 þátttakendum sýndi að 15% fólks falla undir Enneagram tegund átta; þetta fólk var aðallega karlmenn.

Enneagram Tegund 9 - Aðlögunarhæfur friðarsmiður

Níur hafa tilhneigingu til að starfa sem sáttasemjarar, knúnar áfram af löngun til að skapa sátt í umhverfi sínu. Sem slíkir leitast þeir við að taka við og taka vel á móti þeim sem eru í kringum þá á meðan þeir setja friðargerð í forgang í öllu sem þeir gera - þetta gerir þeim kleift að forðast átök þegar mögulegt er.

Meirihluti heimsins lítur á Nines sem líflega, reynslumikla og sjálfsmeðvitaða einstaklinga sem leitast við að framkvæma aðgerðir sem gagnast þeim sem eru í kringum þá. Í versta falli geta Nines þó virst þrjóskur, latur eða sjálfsafneitandi; þetta gerist vegna þess að þeir fara með öllum til að viðhalda friði en meta síðan þarfir annarra fram yfir eigin þarfir og skapa vanlíðan fyrir sig og þá sem þeir hafa samskipti við. Samt laðar sjálfsánægja eðli þeirra aðra að sér á meðan það lætur fólki líða vel þegar það er í návist þeirra.

Níumenn hafa tilhneigingu til að grípa til aðgerða út frá löngun sinni til að forðast stjórn annarra með því annaðhvort að stjórna umhverfi sínu eða standast aðgerðalaust þegar eitthvað líður ekki vel. Aðgerðir þeirra eða skortur á þeim verða líklega knúin áfram af því að viðhalda friði og sátt þar sem þeir geta ekki þolað átök.

Þægindi er hægt að finna í gegnum kunnuglegar venjur og takta sem þeim finnst heillandi, á meðan þessi persónuleikategund nýtur þess að mynda þýðingarmikil tengsl sem leiða til samruna orku frá fólki nálægt því, sem birtist oft með því að tileinka sér venjur eða áhugamál þeirra sem eru viðstaddir í nánu rými þeirra. .

Hugsunarmynstur Nines henta vel skipulögðum ferlum; þess vegna forgangsraða þeir smáatriðum og skýrleika þegar þeir nálgast verkefni eða búa til venjur eða verklag fljótt. Þegar Nines eru kynntar fyrir miklu magni upplýsinga mun Nines skipuleggja þær fljótt í huga sínum í skipulega uppbyggingu til að skilja þetta allt saman.

Níumenn hafa tilhneigingu til að vera viljasterkir og þrautseigir, en hafa samt tilhneigingu til að halda skoðunum sínum fyrir sjálfan sig, til að forðast að sýnast yfirþyrmandi fyrir öðrum. Því miður skilur þetta þá eftir óánægju með suma þætti samböndanna eða lífsins.

Viðhorf þeirra kann að virðast afslappað og leiðinlegt, en samt upplifa þeir ákafar tilfinningar af mikilli ákefð, sem krefst átaks af þeirra hálfu til að stjórna þeim og virðast friðsælar, rólegar og aðgengilegar. Ákafar tilfinningar þeirra hvetja þá til að viðhalda sátt meðal fólks vegna þess að þeir skilja hvernig tilfinningar hafa áhrif á hegðun.

Þó þeir skari framúr sem friðsælir sáttasemjarar í átökum, hafa Nines tilhneigingu til að forðast að taka þátt í neikvæðum tilfinningum eins og reiði beint; slík tengsl hafa tilhneigingu til að tæma þá orku og þeir viðurkenna ekki oft þessar tilfinningar heldur.

Þess vegna reyna þeir að upplifa þá ekki of mikið. Ennfremur eru flestir Níumenn samúðarmenn sem geta skynjað tilfinningar frá þeim sem eru nákomnir þeim, og taka oft upp orku sem deilt er á milli fólks ef umhverfi þeirra er jákvætt og áhugasamt; öfugt þegar þeir standa frammi fyrir dapurlegum eða kvíðafullum einstaklingum getur skap þeirra einnig minnkað verulega.

Nemendur í níunda bekk eru 13% svarenda í Truity rannsókninni; sem flestar eru konur.

Þeim níu persónuleikagerðum sem eru táknaðar á Enneagram hjólinu má skipta í hjarta, höfuð og líkama. Hjartagerðir samanstanda af gerðum tvö til fjögur sem treysta á tilfinningagreind til að sigla í gegnum lífið og tengjast fólki í kringum sig; Höfuðtegundir innihalda gerðir fimm til sjö sem treysta á vitsmunalega úrvinnslu aðstæðna; á meðan líkamsgerðir eitt til níu nýta eðlishvöt og magatilfinningar þegar þeir bregðast við í aðstæðum.

Vísindamenn í gegnum tíðina hafa kannað ýmsar aðferðir til að skilja mannlegan persónuleika. Eitt slíkt próf, þekkt sem The Big Five Personality Test (OCEAN), notar Big Five Factor Markers sem fengnar eru úr International Personality Item Pool Goldberg sem kynnt var árið 1992 sem þáttagreiningaraðferð til að kanna tölfræðileg svör hópa með því að svara þessari spurningu: Hvað er tilvalin leið að draga saman persónuleika einhvers?"[9]

Þótt ekki sé hægt að mæla persónuleikabreytur, flokka svör einstaklinga í fimm breiða hópa eftir ríkjandi eiginleikum þeirra: (O-Opinleiki C-Samviskusemi D-Extroversion E-Extroversion A- Ánægjusemi

N - Taugaveiklun Með því að skilja þessar persónuleikagerðir geturðu skilið fólk betur með því að skilja þarfir þess, byggja upp þroskandi tengsl með sameiginlegum áhugamálum og sníða hegðun þína í samræmi við það.

Áhugaverður þáttur hér er að þessir persónuleikar geta verið afrakstur bæði náttúrunnar og ræktunar. Foreldrar geta framselt þá, eða einstaklingar geta þróað þá frá því hvernig þeir voru aldir upp.

Við skulum kafa dýpra í þessi persónueinkenni og meta hvort náttúran eða ræktunin hafi meiri áhrif.

Hreinskilni Þessi persónuleiki er þekktur fyrir að taka á móti nýrri þekkingu og reynslu. Fólk sem er metið hærra á þessum kvarða hefur tilhneigingu til að vera innsæi og hugmyndaríkt með mörg áhugamál sem eru mjög mismunandi; nýsköpun og forvitni eru einnig áberandi innan þeirra; á hinn bóginn geta þeir sem eru í lægri röð verið varkárari, samkvæmari og glíma við óhlutbundin hugsunarferli. Ef þú vilt meta hversu hreinskilinn einhver er á mælikvarða eins og þessum, reyndu að spyrja þessara spurninga: Elskar þú ævintýri?

Er ímyndunaraflið laus? Hefur þú verið sá sem hefur hafið nýja starfsemi áður?

Ertu tilbúinn fyrir nýjar áskoranir?

Að svara öllum þessum spurningum „já" gefur til kynna mikla hreinskilni. Fólk með svo mikla hreinskilni finnst gaman að vera áskorun í lífinu og leitar að skapandi útrásum til að tjá sig á skapandi hátt. 57% einstaklinga búa yfir þessum eiginleikum hreinskilni.

Samviskusemi

Almenn einkenni þessa persónueiginleika eru meðal annars markmiðuð hegðun, hugulsemi og góð hvatastjórnun. Samviskusamt fólk hefur tilhneigingu til að vera frábærir skipuleggjendur og hugsa fram í tímann þegar þeir taka ákvarðanir í lífinu; ennfremur eru þeir mjög meðvitaðir um hvernig gjörðir þeirra hafa áhrif á aðra sem og tímamörk sem gætu þurft að uppfylla.

Fólk sem er ofarlega á samviskukvarðanum hefur tilhneigingu til að vera eftirtektarvert, skipulagt og skilvirkt í nálgun sinni á verkefni og smáatriði. Fólk sem er lægra er venjulega afslappað og afslappað. Hér eru nokkrar spurningar sem hjálpa þér að meta hvar einstaklingur stendur hvað varðar samviskusemi:

Ert þú stoltur af því að vera sjálfsagður?

Ertu skipulagður og undirbúinn fyrir hvað sem getur komið upp? Eða myndirðu frekar vilja vera sjálfsprottinn í staðinn? Finnst þér gaman að halda tímaáætlun, forgangsraða verkefnum strax og huga að smáatriðum strax?

Að svara þessum spurningum „já" gefur til kynna mikla samviskusemi innan einstaklings, eins og skipulag og reglu í lífi og samböndum sýnir. Samviskusemi hefur 49% arfgeng áhrif.

Hægt er að bera kennsl á úthverfa eiginleika með einkennum eins og félagslyndi, ákveðni, spennu, tilfinningalegri tjáningu og tali. Fólk sem sýnir þennan persónuleika hefur tilhneigingu til að vera útsjónarsamt og dafna þegar það tekur þátt í félagsfundum.
Fólk sem skorar hátt á extrovert kvarðanum þrífst með því að vera í miðju athyglinnar og njóta þess að vera í kringum fólk. Hins vegar finnst fólki sem skorar lágt (introverts) félagsleg samskipti þreytandi og nýtur einsemdar meira en félagsskapar annarra.
Til að skilja úthverf í einhverjum skaltu spyrja eftirfarandi spurninga: 8.5 Áttu erfitt með að vera í brennidepli á samkomum eða hefja samræður í félagslegum aðstæðum? Finnst þér gaman að kynnast nýju fólki og átt þú stóran kunningja- eða vinahóp?
Hefurðu tilhneigingu til að tjá hlutina áður en þú hugsar um þá?

Ef þeir eru sammála þessum spurningum skora þeir hátt á extroversion kvarðanum. Ef þú finnur þig í kringum fólk sem skorar lægra á þessum kvarða, reyndu þá ekki að þvinga það til að verða extroverts með því að hvetja til óhóflegs tals eða ýta því inn í félagslegar samkomur; þeir sem eru með innhverfa persónueinkenni hafa tilhneigingu til að halda sig nær þeim og stöðum sem veita tilfinningalega næringu og huggun.
Úthverfa eiginleikar hafa 54% arfgeng áhrif.

Viðunandi
Þessi persónuleikavídd felur í sér eiginleika góðvildar, trausts, ástúðar, altruisma og annarra félagslegra einkenna. Einstaklingar sem eru mjög góðir hafa tilhneigingu til að vera samúðarfullir, vinalegir og samvinnuþýðir á meðan þeir sem eru lágir í þessum eiginleika geta orðið aðskilnir, greinandi eða samkeppnishæfir, stundum jafnvel teygt sig inn í manipulationshegðun.
Spurðu einstaklinga til að ganga úr skugga um hvar þeir eru staddir á viðunandi mælikvarða: Treystir þeir auðveldlega og fúslega til annarra tækifæri, eru þeir samúðarfullir, finnst þeim gaman að láta öðrum líða vel o.s.frv.
Hefur þú brennandi áhuga á að aðstoða þá sem þurfa á aðstoð að halda?

Jákvætt svar við þessum spurningum gefur til kynna hátt stig á viðunandi kvarðanum. Einstaklingar sem skora lágt á þessum kvarða upplifa oft ekki samkennd á eðlilegan hátt og verða að gera meðvitaðar tilraunir og breyta hegðun til að setja sig í spor annarra og bregðast við í samræmi við það; 42% arfgengra þátta gegna hlutverki í viðunandi eiginleikum.

Taugaveiklun Þessi persónuleikavídd er kennd við eiginleika eins og skapleysi, tilfinningalegan óstöðugleika og depurð. Neuroticism vísar til þess hvernig einhver meðhöndlar tilfinningar sínar; fólk sem skorar hátt á þessum kvarða hefur tilhneigingu til að vera viðkvæmt, auðveldlega pirrað og viðkvæmt fyrir skapsveiflum; á hinn bóginn hafa þeir sem skora lægra tilhneigingu til að vera tilfinningalega öruggir, öruggir og seigir.
Með því að spyrja þessara spurninga er hægt að meta hvar einhver stendur á taugaveiklunarkvarðanum: (Áhyggjur? Auðveld streita? Endurteknar breytingar í skapi)
Áttu erfitt með að takast á við streituvaldandi aðstæður?

Að svara þessum spurningum játandi gefur til kynna mikla taugaveiklun hjá manni. Að þekkja kveikjur þeirra og róandi mun vera gagnleg til að halda skapi sínu í skefjum.
Taugaveiki hefur 48% arfgengan þátt.
Að skilja þessa eiginleika og hvernig þeir hafa áhrif á fólk er lykillinn að betri samskiptum og ákvarða hvernig best er að hafa samskipti við einhvern fyrir framan þig.

Temperament Theory Dr. David Keirsey
Fræðsluhöfundur og sálfræðingur, Dr. David Keirsey kynnti Keirsey skapgerðarflokkinn sem flokkar einstaklinga í fjóra skapgerðarhópa út frá virknimynstri, samskiptavenjum, viðhorfum karakter, hæfileikum og gildum - að teknu tilliti til áhrifa hvers og eins á vinnustað miðað við persónulegar þarfir. .

Dr. David Kersey segir að skipta megi persónuleika mannsins í fjóra breiða hópa út frá skapgerð. Hvert skapgerð inniheldur sína styrkleika, veikleika og eiginleika sem einkenna eiginleika þess. Þessar fjórar skapgerðir innihalda:

Handverksmenn Auðvelt er að greina þetta fólk frá öðrum með sérfræðiþekkingu sinni á skapandi sviðum eins og listum, bókmenntum og ljóðum. Aðgerðir þeirra þjóna sem tjáning á listsköpun þeirra á meðan ævintýratilfinning þeirra knýr þá áfram í að taka áhættu eða vera sjálfsprottinn stundum.

Forráðamenn gegna mikilvægri stöðu innan samfélagsins með því að vinna með þeim sem eru í kringum þá og fylgja reglum sem hefðbundin menning aðhyllist. Hollusta þeirra er það sem hjálpar til við að halda reglu ósnortinni - þeir eru 40 til 45% íbúa.

Hugsjónamenn Fólk sem einbeitir sér að sjálfsvexti og framförum tilheyrir líklega hugsjónaskaparhópnum, með sterka hollustutilfinningu við aðra, hvattir til að grípa til aðgerða sem hjálpa öðrum og taka virkan skref sem gagnast samfélaginu í heild. Milli 15-20% þjóðarinnar tilheyra þessum skapgerðarflokki.

Rökhyggjumenn, þekktir fyrir raunsæislega og rökrétta hugsunarstíl, eru meðal sjaldgæfustu persónuleikategunda og þekktar fyrir sérfræðiþekkingu sína í lausn vandamála. Þegar eitthvað hefur fangað ímyndunarafl þeirra geta þeir hins vegar orðið svo á kafi að þeir losna við raunveruleikann að aðrir upplifi þá sem undarlega eða fjarlæga.

Aðeins 5-10% þjóðarinnar falla í Rationals skapgerðarhópinn. Starfsráðgjafar nota oft Keirsey Temperament Sorter þar sem það hjálpar fólki að skilja sjálft sig betur og leiða það inn á réttan starfsferil.

Allar þessar kenningar miða að því að skilja mannlegt eðli, hvað hvetur einstaklinga og viðbrögð þeirra við ákveðnum aðstæðum. Með þekkingu sem vísindamenn hafa safnað í áratugi getum við betur lesið fólk og myndað tengsl á milli okkar allra.

Eins og flestir trúa, jafngildir hlustun ekki heyrn. Fólk fer venjulega í samtöl annaðhvort í von um að heyrast eða vonast til að heyrast ekki alveg - síðara tilvikið leiðir oft til þess að við tökum minna eftir því sem hinn aðilinn er að segja en við ætluðum, þar sem báðir aðilar upplifa áhugaleysi okkar sem báðar hliðar.

Að hlusta af athygli getur skipt sköpum í samtölum og getu þinni til að skilja fólk. Einfaldlega að fylgjast með því sem fólk segir í raun og veru gæti breytt öllu: engin þörf á að giska á hvernig einhver hugsar; hlustaðu einfaldlega vel þegar einhver talar ef þú vilt kíkja inn í hausinn á einhverjum; í staðinn gefðu meiri athygli þegar einhver talar; Margir fela ekki hugsanir sínar og skoðanir á bak við veggi úr stáli, vilja frekar vera opinskáir um hver þeir eru og eru óhræddir við að hleypa þér inn ef þú hlustar bara nógu vel!

Þú munt ekki þurfa að lesa huga einhvers ef þú getur nákvæmlega túlkað fyrirætlanir þeirra þegar þú talar.

Carl Rogers og Richard Farson gerðu hugtakið „virk hlustun" fyrst vinsælt árið 1957 og skilgreining þess varð almennt viðurkennd með tímanum. Virk og óvirk hlustun eru tvenns konar hlustun. Fyrir bestu hlustunarárangur ætti maður að forgangsraða virkri hlustun. Til að einbeita sér virkilega að einhverjum þarf að forgangsraða virkri hlustun fram yfir óvirka.

Virk hlustun krefst andlegrar nærveru, þolinmæði og getu til að heyra án þess að finnast maður þurfa að tala sem svar. Einbeittu þér að því að skilja hvað hinn aðilinn er að miðla á meðan þú stendur gegn hvers kyns hvötum til að trufla. Í hvert skipti sem þér finnst þú hafa eitthvað betra að bæta við skaltu ákveða að bíða. Í hvert sinn sem við tölum missum við tækifæri til vaxtar. Með því að gefa einhverjum öruggt rými til að tjá sig geturðu fengið dýrmæta innsýn. Leyfðu einhverjum öðrum að halda í höndina á þér þegar þeir leiða þig í náinn ferð í gegnum huga þeirra!

Engin þörf á að giska og lesa á milli línanna! Leyfðu hinum aðilanum bara að tala án truflana eða dóma - þannig muntu uppgötva meira um hann en með nokkurri annarri stefnu!

Fólk elskar að tala um sjálft sig! Nýttu þér þessa náttúrulegu tilhneigingu með því að sýna einlægan áhuga og spyrja áleitinna spurninga til að afhjúpa allar þessar upplýsingar um sjálfa sig sem þeir gætu opinberað.

Notaðu líkamstungu til stuðnings

Það er hvorki notalegt né uppörvandi að tala við einhvern sem hefur augun á engu á bak við öxlina, svo vertu viss um að líkamstjáningin endurspegli áhuga þinn þegar þú átt samskipti. Snúðu þér að þeim, brostu oft og kinkaðu kolli oft á meðan þú heldur augnsambandi - ekki líta út fyrir að vera leiðinleg eða áhugalaus þar sem þetta mun fljótt koma í ljós og vera óvirðing við þá eftir því sem þú lærir meira um deili á þeim.

Að draga úr truflunum

Það er nauðsynlegt að hugur þinn haldist laus við truflun. Á meðan einhver annar talar skaltu standast hvötina til að búa til hugræna lista eða svara tölvupóstum meðan á því samtali stendur; vera viðstaddur. Allt sem veldur truflun ætti að fjarlægja: Færðu símann þinn frá beinni sjónlínu svo hann freisti ekki til að taka hann upp eða athuga tilkynningar í hvert sinn sem hann hringir!

Kinkaðu kolli hvatlega og svaraðu sögum þeirra

Vertu viss um að kinka kolli uppörvandi, hallaðu þér fram og bregðast rétt við þegar þú heyrir sögur til að koma því á framfæri að þú sért djúpt fjárfest á meðan þú ofgerir þér ekki til að líta kraftmikinn út. Það eru ýmsar leiðir til að sýna fram á að þú sért að hlusta; hér eru nokkrar:

* Svaraðu með því að nota líkama þinn. Til dæmis, að opna augun breiðari eða herða hnefana gæti virkað sem vísbending um að eitthvað sé að - hvort sem það er áfall, óvart, vonbrigði eða spenna.

* Endurtaka yfirlýsingu sína. Til dæmis, ef þeir segja þér að þeir vilji frekar gulrætur en annað grænmeti almennt, svara með einhverju eins og: "Þú meinar að segja um allt grænmetið á jörðinni að þú kýst gulrætur?" Til að sýna að þú varst að fylgjast með skaltu endurtaka það sem hann sagði upphátt svo hinn aðilinn viti að þú hafir heyrt og skilið tilgang þeirra. Þetta sýnir áhuga þinn og sýnir þeim að þér er sama.

* Biddu þá um að endurtaka sig. Þó að þetta gæti virst dónalegt, sýnir það virðingu þína fyrir hverju orði sem þeir deila og tryggir að þú missir ekki af neinu mikilvægu.

Einfaldlega að hlusta getur hjálpað þér að öðlast miklu meiri þekkingu á fólki en nokkur önnur nálgun gæti. Þegar við hlustum þegar einhver talar og veltum fyrir okkur viðeigandi spurningum, getum við lært svo miklu meira en ella! Sýndu öðrum einlægan áhuga og þeir munu opna heilaleiki sína fyrir þig til að kanna!

Hefur þú einhvern tíma farið á stefnumót og verið skilinn eftir að íhuga hvað hinn aðilinn var að hugsa eða líða? Helst væru skilti til að láta okkur vita um framvindu fundarins. Jæja... það er til! Líkamstjáning er ómeðvituð leið til að koma því á framfæri hvernig einhverjum líður; að túlka vísbendingar þess rétt. Stundum koma þessi undirmeðvitundarmerki í ljós óafvitandi. UCLA rannsóknir[12] sýna þetta atriði; aðeins 7% samskipta fara fram í gegnum það sem við segjum (þ.e. orð), 38% í gegnum tón og 55% með líkamstjáningu - að læra að túlka þetta 55% getur gefið forskot þegar þú skilur fólk.

Svo næst þegar þú ferð á stefnumót eða sækir einhvern félagsfund skaltu fylgjast með þessum fíngerðu vísbendingum:

* Brosandi augu: Þeir segja að augu séu glugginn að sálum okkar; það er svo sannarlega satt! Þegar fólk er hamingjusamt getur bros þess oft sloppið í felum þrátt fyrir tilraunir til að fela það, þar til að lokum húðin hrynur í kringum augun og skapar krákufætur - sem sýnir nærveru þess! Stundum brosir fólk bara af kurteisi eða til að fela sannar tilfinningar - þannig að ef þú vilt vita hvort einhver brosir ósvikið skaltu bara fylgjast með augunum!

*Krossaðir fætur og handleggir: Að krossleggja fætur og handleggi myndar líkamlega hindrun gegn þeim sem standa fyrir þeim og gefur til kynna mótþróa, jafnvel þegar orð þeirra eða bros gefa til kynna annað. Sálfræðileg túlkun gefur til kynna að þetta líkamstjáning gefi til kynna að einhver sé tilfinningalega, sálfræðilega eða líkamlega fjarlægður frá því sem fyrir augu ber.

* Hækkaðar brúnir: Þegar einhver lyftir augabrúnum gæti það bent til áhyggju, ótta eða undrunar. Það er erfitt að gera í frjálslegum samræðum; reyndu að ala þau upp á meðan þú nýtur kaffis með vinum þínum og þú munt sjá muninn strax.

* Speglun líkamstungumála: Hefur þú einhvern tíma lent í einhverjum sem speglar líkamstjáningu þína með því að halla höfðinu á sama hátt eða krossleggja fæturna á nákvæmlega sama augnabliki og þú gerir? Þetta sýnir að þeir hafa áhuga á því sem þú ert að segja og eru ómeðvitað að afrita þig ómeðvitað af virðingu; ætti þetta að gerast á stefnumóti gæti þetta verið ómetanlegt!

* Kreppt kjálki: Þegar maður er að taka þátt í átökum eða deiluaðstæðum er eitt einkenni sem kemur fljótt í ljós krepptur kjálki, hnykktur augabrún eða hertur háls - vegna þess að það að vera óþægilegt kallar fram líkamlega spennu í líkamanum sem birtist í streitumerkjum sem valda þessum viðbrögðum.

* Ýkt kinkað kolli: Ef einhver bregst við með því að kinka kolli ítrekað til að bregðast við því sem þú ert að segja, gefur það ekki til kynna að hann sé sammála því sem sagt er - frekar sýnir það kvíða fyrir hans hönd og löngun til að þóknast þér með því að kinka kolli í samræmi við það.

Jafnvel þó þú getir ekki lesið huga einhvers beint, geturðu samt fylgst með líkamstjáningu þeirra og túlkað raunverulegar tilfinningar þeirra. Að læra sálfræði fólks er ævilangt nám sem verður bara betra með reynslu. Að opna hvatir á bak við gjörðir sínar og tengja þær við persónueinkenni veitir dýpri innsýn í hvernig hugur okkar virkar og hvernig þú getur leyst það úr flækjum.

Hefur þú einhvern tíma íhugað hvernig framlag þitt hefur áhrif á samtal? Að skilja fólk krefst þess að fylgjast ekki bara með því sem aðrir gera heldur einnig að fylgjast með aðgerðunum sjálfum. Samskipti eru tvíhliða; til að stíga almennilega í gegn þarftu að leggja þitt af mörkum með því að skilja og samræma þig við það sem hinn aðilinn er að miðla til þín.

Enginn getur lesið fólk nákvæmlega ef þú ert uppfullur af fordómum og viðhorfum sem koma í veg fyrir að þú sjáir heildarmyndina. Áður en þú byrjar að fylgjast með öðrum er nauðsynlegt að öðlast ítarlega þekkingu á sjálfum þér - hvernig þú hagar þér, hugsar og skynjar fólk.

Þessi hluti kannar innri trú þína til að ganga úr skugga um hvort hlutdrægni, fordómar eða takmarkaður skilningur á mannlegu eðli hindra samskipti eða skynjun annarra.

Manstu þegar Donald Trump tísti „Ég er mjög stöðugur snillingur"? Viðbrögð hans vöktu gagnrýni frá grínistum og blaðamönnum fyrir skort á sjálfsvitund, en samt mistakast flestir á þessu sviði, sem leiðir oft til erfiðleika við að skilja aðra. Þó að það gæti hljómað ruglingslegt í fyrstu, "sérhver manneskja er spegill þinn," svo til að skilja annan einstakling að fullu þarftu fyrst að skilja sjálfan þig að fullu! Þetta er eitthvað sem flestir vita ekki af!

Þetta leiðir okkur inn í næstu spurningu okkar (þ.e. hvernig á að þekkja sjálfan þig). Jæja, þetta er umfangsmikið ferli sem felur í sér að vera hrottalega heiðarlegur við sjálfan þig - stundum gæti þetta hljómað auðvelt eða auðvelt, en stundum verður þessi áskorun sú stærsta af öllu lífi þínu! Til dæmis, stundum geta reiði okkar eða tilfinningaleg upphlaup virst réttlætanleg vegna þess að annað fólk kveikti þau; samt er það á okkar ábyrgð sem einstaklingum að stjórna viðbrögðum okkar í stað þess að kenna þeim um.

Blindir blettir eru skilgreindir sem eiginleikar sem eru sýnilegir öðrum en ósýnilegir okkur sjálfum. Sálfræðingur að nafni Simine Vazire gerði tilraun til að prófa þessa kenningu.[13] Hann bað þátttakendur um að meta sjálfa sig og fjóra vini á ýmsum eiginleikum eins og greind, tilfinningalegum stöðugleika, áræðni og sköpunargáfu til að sjá hver gæti sagt nákvæmari fyrir um hver spáði betur fyrir um persónuleika og eiginleika hvers og eins: annað hvort þeir sjálfir eða vinir þeirra. Markmiðið var að ganga úr skugga um hver spáði fyrir um persónuleika nákvæmari.

Niðurstöður leiddu í ljós að fólk var meðvitaðra um eigin tilfinningalegan stöðugleika samanborið við vini sína, svo sem þegar það talar opinberlega eða hversu stressað það virðist þegar það tjáir sig í hópumræðum. Vinir höfðu betri innsýn í hvort áreiðanlegur frambjóðandi tók þátt eða spáði fyrir um frammistöðu sína í sköpunar- eða greindarprófum.

Hæfni þín til að skilja tilfinningalega bandbreidd þína sýnir sig í meiri sýnileika fyrir aðra en ella.

Eiginleikar sem eru sýnilegri öðrum en sjálfum þér gætu verið þér dularfullir. Að syngja á karókíbar krefst þess að sannfæra bæði sjálfan þig og þá sem hlusta um að hæfileikar þínir séu til, en samt geta þessir hlustendur best metið söngstíl þinn og raddsvið.

Fólk hefur tilhneigingu til að ofmeta greind sína, þar sem þetta mynstur sést oftar meðal karla en kvenna. Fólk hefur líka tilhneigingu til að ofmeta hversu gjafmilt það er í raun þar sem örlæti er talið aðdáunarverður eiginleiki. Fólk trúir líka ranglega að það sé ekki hlutdrægt eða fordæmandi vegna þess að hver myndi viðurkenna slíkar kröfur á hendur sjálfum sér?

Hvernig geturðu hreinsað þessa óljósu sýn á sjálfan þig og séð sjálfan þig skýrt í speglinum? Alltaf þegar þú átt erfitt með að sætta þig við hluti af sjálfum þér skaltu biðja þá sem standa þér næst um stuðning við að halda uppi spegli fyrir þig. Vinir, foreldrar eða rómantískir félagar hafa tilhneigingu til að hafa meiri innsýn í hver þú ert í raun en nokkur annar; samt geta áhrif þeirra einnig orðið skýlaus vegna ástar eða hlutdrægni sem þeir hafa á móti þér.

VITALS þínir mynda persónuleika þinn; skilja þá. Þar á meðal eru:

Gildi (V), áhugamál (I), skapgerð (T), Athafnir og markmið allan sólarhringinn (ATC), Lífsverkefni og markmið (LMG), eru mikilvæg fyrir farsælt líf.

S - Færni/styrkleikar

Að viðurkenna gildi sín - eins og að hjálpa öðrum, vera heiðarlegur, vera góður - myndar grunninn að því að taka mikilvægar ákvarðanir í lífinu og setja sér markmið. Að þekkja gildin þín heldur þér gangandi þegar erfiðir tímar verða og heldur hvatningu mikilli! Að skrifa þetta niður í dagbók eða dagbók hefur reynst hvetja til aðgerða í átt að sjálfsvitund! Að þekkja gildi þín!

* Þegar þú tekur ákvarðanir, treystir þú á tilfinningar eða staðreyndir? * Hvernig endurhlaðar þú orkubirgðir þínar - úthverfur eða innhverfur? * Skipuleggur þú allt nákvæmlega eða ferð með straumnum? * Eru upplýsingar mikilvægari fyrir þig eða stærri hugmyndir?

Skilningur á svörum þínum við slíkum fyrirspurnum mun gera þér kleift að setja þig innsæi í aðstæður sem munu stuðla að vexti en forðast þær sem takmarka hann. Þegar persónuleiki þinn er í takt við umhverfi sitt, er orka notuð í afkastamikil verkefni frekar en að vera sóað í burtu og þér finnst þú minna þreyttur en áður.

Líftaktar eða athafnir allan sólarhringinn: Hér ætti áherslan að vera á líftakta þína eða athafnir allan sólarhringinn, til dæmis hvenær upplifir þú hámarks orkumagn þitt: morgun eða miðjan dag? Samræming við líffræði þína gerir þér kleift að skipuleggja athafnir þegar þær skila mestum ávöxtun; oft hafa þessi einkenni verið til staðar frá fæðingu - það er bara spurning um að þekkja þá og bregðast við þeim í samræmi við það.

Að sameina líffræðilega tíðni og athafnir færir þér gefandi reynslu, sem gerir lífið mun einfaldara þegar þú þykist ekki vera einhver sem þú ert ekki!

Lífið verður hamingjusamara og innihaldsríkara þegar við skiljum verkefni og markmið lífsins. Ef þú ert óviss um hvernig þú átt að fara að þessu skaltu hugsa til baka um atburði sem voru sérstaklega þýðingarmiklir í lífi þínu, skoðaðu orsakir þeirra: var það fólk sem þú hittir þar eða bara tilfinningin sem þú upplifðir? Þessi æfing getur leitt í ljós faldar hliðar persónuleika þíns sem og afhjúpað hvað knýr starfsákvarðanir þínar eða aðra þætti.

Þegar þú veist hvert þú vilt stefna í lífinu er auðveldara að meta hvort þú býrð yfir þeim verkfærum eða styrkleikum sem þarf til að ná lífsmarkmiðum þínum. Þetta geta falið í sér hæfileika, hæfileika eða færni sem og karakterstyrkleika eins og tilfinningalega greind, seiglu og tryggð - og svo framvegis.

Að viðurkenna styrkleika sína og hæfileika byggir upp sjálfstraust; að vera ómeðvitaður um þær leiðir til lægra sjálfsálits.

Til að skilja styrkleika þína betur skaltu hafa eyra fyrir hrósi en vera hógvær þegar þú samþykkir þau! Til dæmis, ef einhver segir þér að þeir elska róandi rödd þína, notaðu þetta sem tækifæri til að skerpa á þessum hæfileika og syngja oftar! Að auki skaltu fylgjast með öllum veikleikum svo þeir skaði ekki sjálfstraustið og krefjist úrbóta.

Þegar þú ert orðinn meðvitaðri um sjálfan þig og skilur sjálfan þig (þ.e. persónueiginleika þína, styrkleika, veikleika og kveikjur), muntu finna fyrir krafti með því að vita að þú getur notað þá þekkingu ekki aðeins til sjálfsvaxtar heldur einnig til að öðlast meiri innsýn í þá sem eru í kringum þig þú. Með því að þekkja sjálfan þig betur muntu vita hvar mörk þarf að draga sem og hvaða kveikjur ætti að forðast til að trufla ekki andlegan frið - allt nauðsynleg færni til að gefa 100 prósent án þess að líða sjálfur úrvinda!

Þekking er máttur; sjálfsþekking getur fært frið.

Skildu hlutdrægni þína, fordóma og takmarkanir

Líklega hefur þú heyrt sögur um hlutdrægni þar sem einhverjum var framhjákvæmt vegna atvinnu eða skotmark löggæslu vegna kynþáttar, kyns eða þjóðernis. Eðlileg skynjun okkar á slíku fólki er að það sé slæmt fólk fyrir að vera hlutdrægt í garð ákveðinna hópa; en flestir gera sér ekki grein fyrir því að vísindamenn í heila- og sálfræðivísindum halda því fram að hlutdrægni og fordómar hafi tilhneigingu til að vera undirmeðvitundarferli sem samt hafa áhrif á samskipti við aðra og stuðla að félagslegu óréttlæti í samfélaginu.

Þessi hegðun verður augljósari þegar þú ert í samskiptum við fólk utan næsta félagslegs hrings þíns með því að sýna fordóma (tilfinningalega hlutdrægni), mismunun (hegðunarskekkjur) og staðalmyndir (vitrænar hlutdrægni). Slík hlutdrægni getur verið ómeðvituð (þ.e. sjálfvirk og tvíræð); þeir kunna líka að hafa verið í fóstri af samfélaginu í heild; uppeldi hefur gífurleg áhrif. Þú getur þróað meðvitund um ómeðvitaða hugsun þína og einnig greint hvernig hún hefur áhrif á þig frá degi til dags.

Hvernig myndast hlutdrægni og fordómar og hvað er hægt að gera við þeim?? Þegar þessar spurningar eru skoðaðar ætti fyrst að einbeita sér að því hvaðan hlutdrægni og fordómar koma, síðan að leiðum til að draga úr áhrifum þeirra. Hugur okkar hefur tilhneigingu til að flokka og aðgreina upplýsingar í aðskilda hluta sem leiðir til þessarar hegðunar. Þegar þú stofnar samtök við félagslegar aðstæður með því að geyma, vinna úr og beita þekkingu um aðra sem kallast félagsleg vitund; óbein hlutdrægni myndast þegar heilinn okkar leitar að mynstrum til að koma á tengslum - eitthvað sem leiðir okkur beint aftur inn í óbeina hlutdrægni!

Óbein hlutdrægni stafar af tilhneigingu heilans til að taka flýtileiðir í viðleitni til að einfalda lífið. Þar sem ofhleðsla upplýsinga getur gert vinnslu gagna fyrirferðarmikla og tímafreka, gera andlegar flýtileiðir okkur kleift að sigta í gegnum þetta allt hraðar og finna hvaða upplýsingar eiga við.

Þrátt fyrir að það sé krefjandi að breyta hlutdrægni og fordómum annarra, með því að bera kennsl á persónulegar óskir þínar geturðu hjálpað til við að draga úr þeim og hjálpa öðrum að skilja hvernig fordómar þeirra hafa áhrif á dómgreind þeirra og gjörðir í garð annarra.

Byrjum á grunninum. Fyrst og fremst, viðurkenna að sérhver einstaklingur er einstaklingur með einstaka eiginleika, styrkleika og veikleika sem ekki er hægt að flokka. Eyddu því tíma í að kynnast fólki á nánu stigi og forðastu að flokka eða staðalímyndir fólk út frá staðalímyndum eða fordómum. Ef viðbrögð þín gagnvart einhverjum koma fram vegna einhvers, breyttu hegðun þinni tafarlaust til að fjarlægja slíkar fordómafullar skoðanir; þó stundum geti svör komið hratt; taka nokkurn tíma eftir leik til að íhuga og íhuga aðra valkosti áður en þú bregst við á ákveðinn hátt aftur.

Sjónarhornsbreyting er líka lykillinn að því að breyta hugarfari manns. Með því að sjá hlutina frá sjónarhorni annarra setur það þig í spor þeirra og hjálpar þér að skilja hvaðan þeir koma, hvernig þeir hugsa og upplifun þeirra. Að gera þetta gæti líka ýtt undir samkennd innra með þér - þegar þessi tilfinning kemur upp muntu náttúrulega hugsa þig tvisvar um áður en þú fellir dóm um þá.

Að taka þátt í nýrri menningu, þjóðerni og kynþáttum er einnig gagnlegt til að víkka sjónarhorn þitt. Með því að gefa fólki úr þessum hópum meiri tíma og athygli muntu finna samstundis tilheyrandi tilfinningu sem kemur í veg fyrir að hlutdrægni myndist gegn þeim.

Fyrir utan jóga og hugleiðslu gera núvitundariðkun eins og einbeitt öndun eða einbeitt jóga hugleiðsla einstaklingum einnig kleift að verða sjálfsmeðvitaður og taka stjórn á hugsunum sínum og gjörðum.

Persónuleg hlutdrægni, fordómar og takmarkanir geta verið erfiðar vegna þess að þær koma í veg fyrir að þú sjáir fólk út fyrir ákveðinn kassa - sem aftur leiðir til rangs skilnings á því. En það jákvæða er, að hafa opinn huga og vera meðvitaður um þessar takmarkanir mun gera þér kleift að vinna að því að útrýma þeim eða að minnsta kosti draga úr þeim - ekki aðeins mun þetta bæta lestur þinn á fólki heldur mun það víkka hug þinn enn frekar og hvetja til persónulegs þroska.

Hefur þú einhvern tíma lent í sjálfheldu, óviss um í hvaða átt þú átt að taka? Eftir að hafa búið til tæmandi lista yfir kosti og galla fyrir ýmsa möguleika sem þér standa til boða, hefurðu ekki náð árangri í að taka ákvörðun? Hver valkostur skapar mismunandi hindranir, sem gerir þig óviss um hvernig best er að halda áfram.

Við þessar aðstæður er mikilvægt að gera heiðarlega úttekt á sjálfum sér og bera kennsl á sannar langanir þínar. En ef þetta ferli kemur þér ekki af sjálfu sér og þrýstingur veldur því að þú hegðar þér hvatvíslega eða fylgir hegðun sem þóknast fólki í staðinn, gæti árangurinn verið hrikalegur!

Innsæi getur verið vinur þinn á erfiðleikatímum. Sumir kalla það innsæi; aðrir vísa til þess sem magatilfinningar þeirra eða innri rödd eða gifur; sama nafninu sem það heitir, innsæið mun leiða þig á erfiðum lífsleiðum með því að segja þér hvenær ákvörðunin er í takt við hjarta þitt.

Hins vegar finnst mörgum erfitt að þekkja innsæi sitt. Það er vegna þess að innri hindranir okkar koma oft í veg fyrir, svo sem ofhugsun, samþykkisleit, óbeina hlutdrægni og fyrri áföll sem koma í veg fyrir að við notum það. Að sigrast á þessum hindrunum krefst sjálfsvitundar og getu til að bera kennsl á hvað er að reka ákvarðanir þínar; þegar þessu er náð kemur sterk innsæ hugsun sem leiðir til ákvarðana sem gagnast okkur sjálfum sem einstaklingum og gæta þess að velja ákvarðanir sem þjóna okkur vel.

Þekktir menn eins og Henry Ford eru frábært dæmi um þá sem treysta á innsæi. Einn slíkur einstaklingur var árið 1914 þegar Henry Ford stóð frammi fyrir minnkandi eftirspurn og mikilli veltu hjá fyrirtæki sínu. Í stað þess að fylgja hefðbundnum ráðum og hækka laun starfsmanna um 50% gerði hann djörf ráðstöfun og tvöfaldaði þau í staðinn, sem leiddi til minnkandi veltuhraða og fleiri starfsmanna sem höfðu efni á bílum fyrir sig og að lokum jókst eftirspurn aftur.

Albert Einstein var annar áberandi vísindamaður sem virti að vettugi hefðbundnar eðlisfræðikenningar vegna innsæis síns. Hann viðurkenndi að hann trúði á innblástur og innsæi og taldi sig fullviss um að hann hefði rétt fyrir sér þrátt fyrir að vita ekki með vissu. Þegar vísindamenn sem styrktir voru af Konunglegu akademíunni gerðu tilraunir til að prófa afstæðiskenningu Einsteins var hann viss um árangur þeirra - það kom ekki á óvart þegar myrkvi 29. maí 1919 sannaði kenningu hans!

Paul McCartney treysti að miklu leyti á innsæi þegar hann bjó til „Yesterday". Að hans sögn dreymdi hann um að skrifa eitthvað sem yrði gífurlega vinsælt en var hræddur um að innihald þess gæti verið öðruvísi en búist var við. Samt treysti hann á sjálfan sig og treysti á innsæi sem að lokum leiddi hann í átt að árangri og það sem hann taldi „töfrandi upplifun".

Svo hvað nákvæmlega er innsæi? Eitt lykilatriði varðandi innsæi sem ætti að hafa í huga er að það skortir rökfræði; þess í stað treystir það á tilfinningalegt eðlishvöt, reynslu eða aðra þætti til að taka ákvarðanir. Ennfremur má skipta innsæi í þrjá mismunandi flokka.

* Innsýn og samhengi: Þetta svæði tengist greind (IQ) og felur í sér að átta sig á einhverju án þess að skilja uppruna þess.

Huglægt innsæi vísar til þess að hafa þá blekkingu að vita eitthvað, oft notað af vitsmunalegum forvitnum og ráðgátum týpum. * Óbeint nám vísar til þess að vita eitthvað með því að taka upp hugræn mynstur.

Innsæi byggir á því að samræma mynstur frá fyrri reynslu og mynstri frá núverandi aðstæðum, með upplýsingum sem heilinn þinn vinnur bæði meðvitað og ómeðvitað. Innsæi þitt dregur síðan þessar hugsanir og mynstur frá meðvitundarlausa hluta heilans og beitir þeim beint í núverandi atburðarás - þetta leiðir til þess að ákvarðanir eru teknar hraðar og afgerandi.

Spáhæfileikar heilans koma við sögu með því að passa saman eða missama falinn þekkingu sem hefur ekki náð meðvitund við núverandi reynslu.

Af hverju höfum við breytt þessu í fyrirlestur um innsæi? Einfaldlega vegna þess að þegar þú skilur virkni þess og áhrif þess á ákvarðanatöku gætirðu verið fær um að aðgreina það frá tilfinningalegum viðbrögðum af völdum ótta og nýta innsýn þess til að taka árangursríkari ákvarðanir í lífinu.

Þú getur ekki aðeins greint innsæið þitt heldur geturðu styrkt það enn frekar með ýmsum æfingum.

Vísvitandi sjálfsskoðun hjálpar til við að auka sjálfsvitund og viðurkenna forgangsröðun þína. Einstaklingar sem taka reglulega þátt í sjálfskoðun kanna tilfinningar sínar, hvar þær hafa áhrif á þær og hvar tilfinningaleg viðbrögð þeirra liggja. Fólk sem skoðar reglulega sjálft óttast ekki að finna tilfinningar sínar; þeir mynda frekar þann vana að spyrja "Hvernig líður mér með þetta?" til að bera kennsl á og treysta tilfinningum sínum.

Mjög innsæir einstaklingar eru þekktir fyrir að vera opnir og heiðarlegir við sjálfa sig án þess að fela sig á bak við ætlaða framhlið, endurspegla þarfir sínar og langanir frekar en að vera föst í "ætti að hafa". Sjónarhorn þeirra er knúið áfram af gildum sem hjálpa til við að viðhalda jafnvægi innra með þeim og halda innsæi í skefjum.

Með því að endurhlaða orku sína leita þeir einsemdar af og til til að endurhlaða sig og endurspegla sig inn á við. Einsemd getur verið í formi hægfara gönguferða um garða og skóga, sötra kaffi við eldstæði eða sitja við sjóinn og horfa á sólsetur - hvers kyns athöfn sem gerir þeim kleift að heyra innri rödd sína á meðan þeir gefa sér öndunarrými.

Samkennd er annar eiginleiki sem almennt er að finna meðal innsæis fólks. Hæfni þeirra til að setja sig í spor annarra og skynja hvernig einhver annar gæti upplifað atburði gerir þá að viðkvæmum einstaklingi fyrir marga aðra. Innsæi þeirra gerir þá forvitna um að skilja hversu náin þeim líður; ekki af forvitni heldur af því að vilja koma á sterkum böndum á milli einstaklinga; því meira sem innsæi samkennd kynnist einhverjum, því auðveldara verður fyrir hann að spá fyrir um skap viðkomandi og átta sig á þörfum hans og tilfinningum. Skynfærin þeirra taka upp vísbendingar eins og líkamstjáningu og félagsleg samskipti sem hjálpa þeim að skilja betur hvað einstaklingar þurfa af þeim sem eru í kringum sig hvað varðar líkamstjáningu eða félagsleg samskipti sem hjálpa til við að tengja punkta til að skilja hvað hver annar einstaklingur þarf frá þeim og skilja. það sem fólk þarfnast frá öðrum hvað varðar líkamstjáningu eða félagsleg samskipti sem hjálpa innsæjum samkennd að skynja hvað hver annar einstaklingur þarfnast frá þeim líka.

Innsæi getur verið öflugt úrræði sem getur hjálpað þér að flýja skaðlegar aðstæður og leiðbeina þér í átt að þeim sem veita þér meiri lífsfyllingu. Með tafarlausum viðbrögðum og getu til að opna andlega getu hjálpar innsæi okkur að taka skjótar og upplýstar ákvarðanir. Viðurkenndu aðstæður þar sem innsæi kemur auðveldlega fram fyrir þig til að nýta þetta úrræði betur. Endurskapa slík augnablik til að hámarka kraftinn.

Að búa í nútímasamfélagi mótar gjörðir okkar, hugsun og persónuleika á margan hátt; Það getur verið krefjandi að vera sjálfum sér samkvæmur á meðan þú vafrar um þetta líf; en að vera ekta hjálpar til við að opna alla möguleika þína og gera þér fulla grein fyrir möguleikum þínum.

Þegar einhver spyr þig hvernig þú hafir það, hvernig ættirðu að svara? Hefurðu tilhneigingu til að gera ráð fyrir að þeim sé ekki mikið sama og gefa óheiðarlegt svar eins og, "mér líður vel"? Eða ættir þú að íhuga að svara heiðarlega hvernig þér líður í raun og veru? Flestir velja síðari aðferðina þar sem það að opinbera raunverulegt ástand manns mun leiða til frekari samræðna um sjálfa sig sem margir kjósa að forðast.

Hugsjónalega séð myndi fólk ekki óttast að tjá sig frjálslega og vera með grímur í stað þess að loka sig frá öðrum. En því miður, þegar við höldum áfram að vera með grímurnar okkar of lengi, verður erfitt að taka þær af, sem veldur því að við verðum einhver sem við erum ekki og jafnvel þegar við erum ein byrjum við að hugsa um hvernig aðrir sjá okkur og hvað aðrir kunna að hugsa um okkur.

Svend Brinkman, danskur sálfræðingur, benti á að fólk bjóst oft við því að sjálft sig og aðrir sýndu alltaf ánægju og jákvæðni; þó getur þetta haft neikvæðar aukaverkanir. Þó að vera jákvæður geti verið jákvæður í sjálfu sér, getur það að vera hamingjusamur alltaf falið í sér að fela sannar tilfinningar þínar til að þóknast öðrum með því að sýnast jákvæður[14].

Enginn getur verið hamingjusamur og bjartsýnn allan tímann. Með því að láta eins og allt sé í lagi þegar þú ert það ekki, hættir þú að vera ákveðinn og byrjar að reka þig frá því sem þú ert í raun og veru. Að viðurkenna neikvæðar tilfinningar hvetur til umhugsunar um hvað olli þeim og atburði sem gætu hafa stuðlað að birtingu hennar; þegar það hefur fundist ætti að leitast við að leysa það; einfaldlega að halda vandamálum huldum mun aðeins auka alvarleika þeirra með tímanum og verða óviðráðanleg.

Hvernig geturðu byrjað á leiðinni í átt að því að verða þitt sanna sjálf?

Lærðu að vera berskjaldaður

Að vera samkvæmur sjálfum sér þýðir að geta beðið um það sem þú þarft og tjáð það munnlega. Að tjá tilfinningar með tali gerir okkur kleift að tjá þarfir okkar og langanir, eins og að segja einhverjum „það er í lagi að vera ekki í lagi". Að hunsa einn þátt af sjálfum þér gæti þýtt að bæla niður annan hluta; að vera þitt sanna sjálf þýðir að samþykkja alla hluta þinna - jafnt þurfandi sem sjálfbjarga hluta!

Varnarleysi gefur öðrum minna vald til að draga fram galla þína eða veikleika; Þegar þú ert meðvitaður geta aðrir ekki notað þetta gegn þér.

Taktu þér tíma til að fylgjast með hvernig þú hagar þér þegar enginn er nálægt; hvaða aðgerðir þóknast öðrum eða sjálfum þér? Að verða þitt ekta, besta sjálf er ekki háð því að ná árangri eða hafa mikla stöðu; frekar felur það í sér að þróa karakter í gegnum hvernig þú hagar þér þegar enginn er til staðar.

Til að ná því lífi sem þú vilt er mikilvægt að þú sért trúr því sem þú vilt vera. Margir taka „fake it till you make it" nálgun í lífinu, en þetta getur orðið krefjandi ef ástríðu og vilja til að lifa ósviknu lífi vantar. Sterk persóna hjálpar til við að þróa seiglu sem gerir okkur kleift að ná tilætluðum áfangastöðum okkar auðveldara.

Eðli er skilgreint af því hvernig þú bregst við í tilteknum aðstæðum frekar en að verða fórnarlamb þess sem gerist fyrir þig. Að gera hið rétta þegar þú stendur frammi fyrir hindrunum er hluti af þessari hugmynd; annar þáttur felur í sér að gera tilraunir til að sigrast á þeim til að sanna fyrir öðrum að þú getir staðist hvað sem verður á vegi þínum. Að taka stjórn á lífi þínu þýðir að vera óafsakandi með tilliti til vala og aðgerða sem gerðar eru, vera bjartsýnn jafnvel á erfiðleikatímum og verða þitt besta sjálf til að skapa lífið sem þú sérð fyrir þér.

En hvernig greinir þú hvað það er sem þú virkilega þráir? Því miður, velgengni, staða eða auður veitir ekki alltaf hamingju eða ánægju - löngun okkar til efnislegra markmiða kemur frá því að trúa því ekki að við séum nóg.

Þörfin manna fyrir að finnast „nóg" eins og þau eru er það sem hvetur marga til að kaupa dýra hluti og borða á glæsilegum veitingastöðum. Egóið þitt byrjar að segja þér að vera einhver sem þú ert ekki bara til að sanna sjálfsvirði þitt fyrir öðrum; en þetta endurspeglar ekki sannan skilning á sjálfsvirðingu.

Egó getur bælt hið ekta sjálf okkar með stanslausri leit sinni að verðmætum og sjálfsást, þannig að sem leið til að fylla það tómarúm nærum við það með því að leita auðs eða stöðu.

Að viðurkenna að þú sért nóg án allra efnishyggjunnar er lykillinn að því að átta sig á hver þú ert í raun og veru og skapa það líf sem þú sérð fyrir þér. Með því að trúa þessu djúpt innra með þér geturðu tengst því sem þú ert í raun og veru og mótað fullnægjandi tilveru fyrir sjálfan þig.

Með því að samþykkja og viðurkenna hver þú ert í raun og veru, sendir þú merki um að þú sért tilbúinn að fara á þá braut sem alheimurinn setur þér, sigrast á áskorunum í leiðinni og koma fram sem hamingjusamur og ánægður einstaklingur.

Erum við að lesa (dæma) of erfitt? Fyrir nokkrum dögum, þegar ég beið í röð eftir að komast inn í líkamsræktarstöðina mína fyrir kvöldæfinguna mína, heyrði ég tvær konur ræða annan líkamsræktarmeðlim sem þær þekktu sem „feit-a** Judie". Einn sagði eitthvað eins og: "Ég velti því fyrir mér hvort hún sé hér í kvöld...".

"Já, þarna er hún. Jesús, hún er svo mikill baunaheili."

Þegar röðin kom að þeim fóru báðar konurnar inn í ræktina og hlógu að Judie sem skemmtun. Þetta voru fullorðnar konur sem fólst í því að gagnrýna einhvern sem sinnir málum á annan hátt en þær sjálfar.

Atburðir sem þessir eru til þess fallnir að minna okkur á að dómgreind er óþægileg tilfinning. Því miður skilgreinir dómgreind þig oft meira en nokkurn annan; þitt stafar oft af veikleikum innra með þér.

Hljómar eitthvað af þessum aðstæðum þér kunnuglega? „Af hverju hefur Instagram stúlkunnar fleiri fylgjendur en mitt, jafnvel þó að myndirnar hennar líti út fyrir að vera teknar af grunnnema? Það sem þetta gefur til kynna er að þú vildir að reikningurinn þinn hefði fleiri fylgjendur, þú ert óöruggur um það allan tímann.

"Þessi gaur virðist alltaf glaður og góður; hann hlýtur að vera falsaður!" Það sýnir afbrýðisemi þína á hæfileika hans til að tengjast fólki og óska þess að líf þitt væri eins ánægjulegt og hann er; Hins vegar, frekar en að vinna að því að bæta sjálfan þig persónulega, dæmir þú og merkir aðra í staðinn.

"Honum finnst hann vera svo mikilvægur vegna dýrs bíls síns og heimilis; hversu yfirborðskennt!" Varir þínar segja það, meðan hjarta þitt veit annað; Hins vegar, það sem varir þínar tjá getur í raun þýtt að allur þessi munaður gerir þér kleift að vilja að þú lifðir öðruvísi lífsstíl, frekar en að finnast þú vera stöðugt brotinn.

Horfðu í kringum þig og reyndu að bera kennsl á hvern þann sem virðist öruggur með sjálfan sig á meðan þú dæmir aðra harkalega. Líkurnar eru á að það verði enginn slíkur vegna þess að dómar þínir sýna veikleika, óöryggi og mjúka bletti sem þú reynir að fela fyrir samfélaginu.

Ein ástæða þess að við dæmum aðra svo auðveldlega er sú að við gerum það sama við okkur sjálf - allir vegir liggja aftur til "okkar".

Hvað getur þú gert ef þér finnst þú lesa og dæma aðra of hart? Þó að hætta algjörlega gæti hljómað hugsjónalegt, þá er það einfaldlega ekki mögulegt. Hins vegar er áhrifarík leið til að ná sjálfum þér áður en þú breytist í óprúttna dómaraskrímsli: taktu eftir því þegar þú lest eða dæmir einhvern og hættu áður en þú verður það!

Vertu forvitinn. Dómgreind hindrar skynsamlega hugsun og kemur í veg fyrir að þú skiljir fólk eða aðstæður; oft kemur þessi sannfæring frá takmörkuðum upplýsingum.

Forvitnin heldur manni opnum fyrir þeim möguleika að það gæti verið meira í stöðunni; eitthvað bakvið tjöldin sem þú ert ekki að fylgjast með.

Um leið og einhver hegðar sér undarlega eða gegn óskum þínum skaltu spyrja sjálfan þig þessarar einföldu spurningar: "Er eitthvað að gerast með viðkomandi sem ég get ekki séð?" Þessi nálgun kann að virðast augljós en mun þjóna þér til að minna þig á að það er oft meira að gerast en sýnist.

Það getur verið auðvelt að dæma fólk og getur jafnvel verið ánægjulegt; þó að vera forvitinn krefst tilfinningagreindar, þroska og sjálfsstjórnar.

Áður en þú fellur strax dóm um einhvern skaltu staldra við og hugsa áður en þú talar eða sendir óvinsamleg orð. Orð taka ekki til baka, sagði einu sinni að þau skilja eftir áhrifamikil áhrif sem geta varað alla ævi! Settu þig í stöðu þeirra svo þú getir skilið fyrirætlanir þeirra; umbreyttu neikvæðu hugsunarmynstri í uppbyggileg þannig að þú getir barist gegn neikvæðni innan frá - útrýmdu síðan uppruna hennar!

Óaðskiljanlegur hluti persónulegs vaxtar og þroska er að verða meðvituð um eigin galla okkar, breyta mynstrum til að verða jákvæðari og þroskaðri einstaklingar, á sama tíma og við samþykkjum aðra án dóms og gagnrýni sem hluta af þessari ferð.

Eins og fjallað er um í öðrum hluta er mikilvægt að skilja hvað hvetur aðra; en ekki síður nauðsynlegt fyrir hamingju þína og vellíðan er að bera kennsl á og skilja hvað drífur ÞIG áfram í lífinu. Með því að vera innblásin og hvetjandi sjálfur muntu finna orku og drifkraft sem getur kynt undir hamingju innra með þér og dreift um þá sem eru í kringum þig - svipað og að fylla tóman brunn getur ekki veitt léttir!

Innri hvatning getur komið frá mörgum aðilum, þar á meðal fjárhagslegu sjálfstæði, heilsufarslegum ávinningi, stöðugleika eða sjálfsuppfyllingu. Sérhver einstaklingur er einstakur í hvatningu sinni; þess vegna dafna sumir betur með verkefni eða færnimiðaða vinnu á meðan aðrir eru áfram í þjónustustörfum - þessir þættir ákvarða hvaða leið maður velur.

1. Innri hvatning: Athafnir sem þú hefur gaman af að gera fyrir þeirra eigin sakir, eins og að læra glæpablaðamennsku vegna þess að það hefur verið innblástur að horfa á glæpaheimildarmyndir og lesa leyndardómsskáldsögur.

2. Skilgreindar hvatir: Athafnir sem þú tekur þátt í sem færa þig nær því að ná markmiðum þínum; til dæmis að læra glæpablaðamennsku ef markmið þitt er að vinna sem löggæslumaður.

Rannsóknir sem gerðar voru til að kanna áhrif innri og auðkenndrar hvatningar á hamingju og vellíðan barna sýndu að þeir krakkar sem voru innri hvatir til að læra meira voru sálfræðilega í betra ástandi, óháð einkunnum þeirra.[15]

Þegar þú skilur hvaða hvatning knýr hvaða aðgerðir ætti næsta skref að vera að bera kennsl á hvað knýr ÞIG. Að gera sjálfsmat og vera heiðarlegur um hvernig og hvers vegna þú ert orðinn eins og þú ert núna getur hjálpað þér að bera kennsl á hvað drífur ÞIG áfram - reikna síðan út aðgerðaáætlun til að komast þangað sem þú vilt vera í lífinu.

Sérfræðingar ráðleggja þegar reynt er að bera kennsl á hvatningu, það er gagnlegt að rifja upp þau augnablik þegar þér fannst þú vera lifandi og fús til að klára eitthvað. Ef þú veltir fyrir þér verkefnum sem höfðu sérstaklega hátt þátttökuhlutfall getur það leitt í ljós hvar ástríður þínar liggja.

Mundu þessi tilvik og íhugaðu hvað leiddi til tilfinningar þinnar fyrir árangri eða spennu, skoðaðu síðan orsakir þeirra með því að skilja hvers vegna hlutirnir gerðust með þessum hætti. Með því að svara þessari spurningu getur það hjálpað til við að bera kennsl á hvata. Hér eru nokkrar spurningar sem þú getur lagt fyrir sjálfan þig til að finna þær:

* Hver sérðu fyrir þér að þú verðir eftir tvö til þrjú ár?

Hvernig myndi þessi manneskja haga sér? Ef peningar og fjármagn væru ekki vandamál fyrir þig, hverjum myndir þú hjálpa af örlæti andans? Hvar myndir þú vilja gefa áhrifaríka yfirlýsingu með tilliti til þess sem vekur áhuga eða hvetur þig. * Hvaða áhugamál og iðju gera þig hamingjusaman?

* Hvaða eiginleika þarftu að þróa til að verða besta útgáfan af sjálfum þér og skapa það líf sem þú sérð fyrir þér?

Svaraðu eftirfarandi spurningum til að afhjúpa innblástur þinn og lifa lífi sem endurspeglar gildi þín og viðhorf.

Eitt mikilvægt skref í átt að hvatningu er að horfast í augu við ótta. Ótti hindrar okkur í að komast áfram; það hindrar hreyfingu, veldur því að við efumst á hverju einasta móti og leiðir okkur inn á óþarfa braut varúðar. Því miður, stundum stafar ótti okkar af ímyndunarafli frekar en nákvæmu mati á áhættu; Jafnvel þó spennan skyggi á óttann til að geta sinnt verkefni þínu frekar, þá munu samt vera hlutir af okkur sjálfum sem vilja verjast utanaðkomandi áhrifum og halda aftur af sér í viðleitni til að tryggja öryggi okkar.

Til að komast undan þessu ástandi er nauðsynlegt að takast á við óttann og sigrast á honum. Fyrsta skrefið ætti að vera að þekkja þá með því að tala upphátt; með því að viðurkenna þá upphátt getur vald þeirra yfir þér hægt og rólega minnkað. Spyrðu sjálfan þig þessara spurninga:

* Hverjar eru líkurnar á að það sem þú óttast muni gerast?

Og hvers vegna kvíðir þú að það gæti?

Með því að horfast í augu við þá geturðu uppgötvað hvaða ótti er raunverulegur og hver er ímyndaður. Ótti þinn mun einnig gefa til kynna hvar geta verið eyður sem þarf að fylla áður en þú kemst á áfangastað og setja þarf áhættustýringaraðferðir. Þegar búið er að bregðast beint við þessum ótta verður mun einfaldara að meta hvað drífur og stöðvar framfarir hraðar - þekkingu sem gerir þér kleift að ná þeim markmiðum sem þú vilt hraðar.

Samtal er áhrifaík og áreynslulaus leið til að byggja upp tengsl, skiptast á hugsunum og þróa gagnkvæman skilning á milli fólks. Þessi samskipti ættu að vera ánægjuleg og veita innsýn í persónuleika og óskir einstaklinga; í gegnum þau þróum við með okkur samkennd, finnum að við séum skilin og heyrum hvert í öðru - sköpum eftirminnilega upplifun og varanlegan vöxt alla ævi.

Hins vegar, til að uppskera þennan ávinning af "samtal", verður þú að ná þeim áfanga að fólk þráir að tala við þig - þetta þýðir að halda athyglinni áreynslulaust, stjórna herberginu og skína í félagslegum eða faglegum aðstæðum.

Eru þessir hæfileikar eðlislægir, eða er hægt að þróa þá með sérstakri þjálfun og æfingu?

Hér eru innherjaupplýsingarnar - þú getur ræktað þessa hæfileika með því að staðsetja þig sem áhugaverðan, ræktaðan og fróður einstakling.

Sérhver maður þráir að vera áhugaverður; það er óumdeilanlegur sannleikur. Jafnvel einhver óþægilegur að vera í fararbroddi mun samt vilja virðast áhugaverður og forðast að vera merktur leiðindi! Að vera áhugaverður leiðir til áhrifa og tækifæra; með því að skilja hvað það er sem gerir áhugaverðan einstakling að merkja gætirðu orðið það sjálfur og orðið áhrifamikill innan áhrifahóps þíns.

Hvernig geturðu gert það?

Byrjaðu á því að vera innifalinn. Ekki reyna að vera "svalur" með því að vera afneitun á öðrum - það mun aðeins draga úr trúverðugleika þínum enn frekar. Styðjið fólk í stað þess að gera lítið úr því: þetta hefur betri áhrif!

Ef þú sérð einhvern í veislu eða bar halda á drykknum sínum á meðan þú ert að leita að einhverjum til að tala við, ekki hunsa hann; gera tilraun til að hefja samtal til að láta þá líða að þeir séu séðir og innifaldir. Ef til vill nefna eitthvað um þá sem þú lærðir í einu af fyrri samtölum þínum; þetta mun sýna þeim að þú hlustaðir þegar þú talaðir við þann einstakling líka. Staðfestu þig sem góðan hlustanda svo þeir upplifi þig sem heillandi.

Þó að það sé gott að vera miðpunktur athyglinnar er það líka nauðsynlegt að vera auðmjúkur. Rannsóknir sýna að fólk nýtur þess að eyða tíma í kringum þá sem sýna auðmýkt. Þar sem þetta hugtak getur verið töluvert breytilegt eftir samhengi, skulum við nota sem skilgreiningu: að virða skoðanir og sjónarmið annarra sem auðmjúkir - þetta mun sýna einhverjum að þeir skipta máli!

Gættu þess að rugla ekki saman auðmýkt og skorti á sjálfsvirðingu eða ákveðni; Að vera auðmjúkur krefst ekki sjálfsfyrirlitningarhegðunar sem lætur einhvern annan líða einstakan. Vertu auðmjúkur með því að viðurkenna hæfileika þína og hvað þeir geta eða geta ekki gert; jafnvel eitthvað eins einfalt og að segja: "Ég veit ekki svarið ennþá en mun rannsaka og svara þér," eða að viðurkenna "Ég þekki þetta efni ekki; geturðu sagt mér meira?" getur sýnt auðmýkt.

Forðastu að hræða þig með því að sýna að þú sért með opinn byrjendahug! Önnur áhrifaík aðferð til að knýja samtöl áfram er að vera ósvikinn örlæti, þar sem þetta vekur sálfræðileg viðbrögð af gagnkvæmni frá öðrum. Við meinum ekki efnislegar athafnir eins og að kaupa gjafir eða mat; áttu einfaldlega opin samtöl, gefðu hrós frjálslega eða spurðu einhvern hvernig honum líði án þess að spyrja bara af formsatriði!

Með því að vera örlátur með tíma þinn og athygli muntu uppgötva að aðrir fá meiri áhuga á þér. Þeir munu þakka að vita að þú ert ekki til staðar bara til að fá efnislegan ávinning af nærveru þeirra.

Vertu örlátur með því að segja „já“. Ef þú býrð yfir tiltekinni sérfræðiþekkingu eða innsýn varðandi svæði sem er áhyggjuefni fyrir aðra, notaðu þá frjálslega án þess að íhuga hvað kemur til baka í staðinn.

Að vera áhugaverður og hjálpsamur mun gera þér kleift að vinna sér inn hylli meðal annarra og koma á ævilöngum samböndum. Með því að fylgja þeim samræðuaðferðum sem nefnd eru hér, verður auðvelt að verða umræðuefni samtalsáhuga.

Hefur þú upplifað langar hlé og óþægilegt útlit, sem hefur gert samtal óþægilegt

Allir munu einhvern tíma upplifa langar hlé og óþægilega útlit í samtölum sem valda okkur óþægindum, það er þegar við gerum okkur grein fyrir mikilvægi þess að halda samræðunni gangandi; einnig þekkt sem að halda fólki fjárfestum í umræðum sínum.

Hér er hvernig þú getur gert það - Finndu sameiginlegt áhugamál. Fólk er mjög mismunandi hvað varðar hagsmuni og forgangsröðun; að finna eitthvað sameiginlegt hjálpar til við að byggja brýr á milli ykkar. Þegar þú hefur fundið eitthvað svipað á milli tveggja einstaklinga skaltu skrifa niður allt sem þér finnst áhugavert við það (sem ræsir samtal). Farðu yfir listann nokkrum sinnum svo hann festist auðveldlega í minninu þegar samtalspunktar koma upp á því svæði - vísaðu svo aftur til hans þegar þörf krefur! Skrifaðu að auki niður samræður um efni sem eiga við ykkur bæði svo að umræður taki aldrei enda!

Áhugaverð efni eru meðal annars fótbolti, nýjasta græjan sem kynnt var á markaðnum, að horfa á kvikmynd eða lesa bók sem þér fannst skemmtileg eða heyra athugasemdir eftir Donald Trump sem fengu þig til að hlæja upphátt.

Ekki vera feiminn við að setja fram opnar spurningar þegar þú finnur fyrir orðleysi - opin fyrirspurn krefst meira en "já/nei" svar og er viss um að kveikja í samræðum milli hlutaðeigandi aðila.

Dæmi um efni gæti verið: Tónleikar: Hugsanir mínar
Hvaða kvikmyndaatriði fannst þér skemmtilegast og fórst þú einn eða í hópum?

Þessar spurningar hvetja fólk til að opna sig meira um sjálft sig. Með því að útrýma óþægilegum þögnum á milli samræðna halda þessar tegundir spurninga áfram að flæða samræður á áreynslulausari hátt milli þín og annars einstaklings.

Með því að spyrja svona spurninga ertu að sýna einhverjum að þér þykir vænt um skoðanir þeirra og tilfinningar - þetta byggir upp sambönd með því að halda samræðunni gangandi milli þín og þeirra. Þeir kunna að meta þessa viðleitni sem þú leggur fram til að viðhalda því!

Stofna tilfinningabönd
Samtöl ætti ekki einfaldlega að líta á sem orð: þau þjóna til að byggja upp tilfinningatengsl milli fólks. Þó að þú gætir haldið uppi heila samræðu án þess að deila mikilvægum upplýsingum, hjálpar það að mynda þýðingarmikil tengsl og gefur innsýn inn í persónuleika annars.

Blár! Þegar ekkert annað virkar skaltu ekki hika við að tjá þig! Samtal getur oft orðið krefjandi vegna þess að við óttumst að orð okkar gætu verið leiðinleg fyrir aðra; Þess vegna eru hugsanir okkar og orð huldar þar til óttinn við að verða dæmdur birtist í orðum eða athöfnum. En oft stafar þessi ótti af engu öðru en ímyndunarafli!
Næst þegar þú lendir í slíkum kynnum skaltu segja hug þinn frjálslega (svo framarlega sem það inniheldur ekki kynþáttafordóma eða kynferðislega móðgandi efni). Þú gætir verið undrandi að komast að því að fólk er ekki eins þröngsýnt og þú ímyndaðir þér!
Viðleitni þín til að halda áfram samtali mun aðeins ná árangri ef báðir þátttakendur eru fjárfestir í því og tilbúnir til að taka þátt að fullu. Ef þeir sýna merki um áhugaleysi eða neita að leggja sitt af mörkum, taktu það sem vísbendingu um að það ætti að hætta strax.

Sama áhugamál þín eða markmið Það er óumdeilt að persónuleg tengsl eru lykillinn að persónulegum og faglegum árangri, óháð áhugamálum, persónulegum markmiðum eða starfsgrein. Samt hefur þú kannski tekið eftir því að sumir einstaklingar virðast geta auðveldlega tengst öllu sem þeir hitta á meðan aðrir eiga í erfiðleikum með að eiga heilbrigt samtöl hvað þá að þróa þroskandi tengsl við þá.

Hér er hvernig þú getur nálgast og fengið athygli fallegra stúlkna á bar, deildarstjóra á árlegum viðburði eða næsta nágranna þíns með því að skrifa undir áskorun um að gera hverfið öruggt.
Svo hvernig geturðu þróað þessa færni?

Mundu fyrst og fremst að fólk bregst betur við ósviknu fólki. Að mynda og viðhalda tengingum hefst með ósviknum fyrirætlunum; allar tilraunir til yfirborðslegra samskipta endast svo lengi. Að tala við fólk bara fyrir kynningar eða ókeypis miða mun ekki skerða það - ef þér er virkilega annt um fólk geta þeir orðið ósviknir vinir með tímanum.
Tvö, sýndu vilja þinn til að gefa einhverjum sem þú ert að reyna að tengja við tímann og athyglina. Stundum, vegna takmarkaðs fjármagns, getum við ekki látið fólk gjafir eða efnishyggju sýna væntumþykju; að gefa einhverjum raunverulegan tíma til að læra um óskir þeirra og líkar er jafn áhrifarík bending til að sýna að þeir skipta máli.

Ef þú átt í erfiðleikum með að læra meira um þau með sjálfstæðum rannsóknum gæti það hjálpað gríðarlega að tengjast fólki sem það þekkir. Fólk hefur tilhneigingu til að líkja eftir venjum okkar og áhugamálum þannig að með því að þekkja fólk sem því líkar betur við geturðu fengið innsýn í þau líka.

Að koma á tengingum getur líka verið ómetanlegt í faglegum aðstæðum; mörg laus störf eru ráðin með tilvísunum og netkerfi; þannig með því að skapa sambönd opnarðu þig fyrir endalausum tækifærum.

Þegar einhver mælir með þér í starf geta meðmæli þeirra staðfest trúverðugleika þinn, sem gerir það auðveldara að tryggja það starf. Ekki vanmeta að byggja upp tengsl við samstarfsmenn einfaldlega vegna þess að þú eyðir takmarkaðan tíma saman; fleira fólk í þínum félagsskap þýðir fleiri tækifæri í lífinu!

Þegar þú hefur komið á tengingu ætti næsta skref að vera að hlúa að henni og halda henni sterkri. Því miður, þegar einhver er úr augsýn, falla þeir oft úr minningum fólks; til að tryggja að þú haldist ógleymanleg er auðveldasta leiðin með litlum bendingum eins og að senda jólakort, afmælisskilaboð í gegnum textaskilaboð eða uppáhaldsbókina sína með persónulegri athugasemd - þú gætir verið undrandi hversu ánægður fólk verður með þessar áminningar sem sýna að þær skipta máli! Við þráum öll að vera minnst; sýndu einhverjum að þeir skipta máli með því að sýna að sambandið þitt metur þá! Þú gætir bara búið til ævilöng tengsl!

Allt sem þarf til að vinna fólk er að sýna að þú skilur það og metur það; þá muntu öðlast tryggð þeirra.

Stafræna öldin hefur gert okkur auðveldara en nokkru sinni fyrr að gera sjálfvirk verkefni og nota vélar til að stjórna vinnuálagi okkar, samt því meiri tækni sem við treystum á, því lengra í burtu frá því að upplifa tilfinningarnar sem fylgja því að klára verkefni eða sigrast á erfiðleikum við að klára vinnuna okkar. finnst.

Tilfinningagreind kemur hér við sögu; það vísar til getu þinnar til að þekkja bæði þínar eigin tilfinningar og þær sem eru í kringum þig, þar á meðal hvernig þær hafa áhrif á aðra og hafa áhrif á hugsanir þeirra og hegðun. Með því að skilja mannlegar tilfinningar dýpra á tilfinningagreind fólk auðveldara með að tengjast öðru fólki á sama tíma og það er samúðarfullt og skilningsríkara gagnvart þeim sem það mætir; þessi gæði stuðla mjög að faglegri og persónulegri velgengni þeirra.

Fólk ruglast oft á milli tilfinningagreindar og greindarhlutfalls (IQ), þar sem þeir tákna báðir mismunandi gerðir af greind. Helsti greinarmunurinn liggur í því hvernig hver og einn er mældur og sýndur.

Greindarvísitala mælir andlega greind með stöðluðum prófum og er beintengd andlegri getu; til dæmis að geta skilið upplýsingar og beitt þeim við lausn vandamála. Fólk með hærri greindarvísitölu er duglegt að koma á hröðum hugrænum tengingum og koma fljótt fram óhlutbundnum hugmyndum. Tilfinningagreind vísar til þess hvernig maður notar tilfinningar til að átta sig á aðstæðum; þeir sem eru í hærri kantinum á þessum kvarða hafa tilhneigingu til að vera tilfinningalega stöðugir einstaklingar sem geta stjórnað tilfinningum sínum vel á meðan þeir takast á við þá sem ganga í gegnum erfiða áfanga á áhrifaríkan hátt.

Annar munur á þessum tveimur greindum er sá að greindarvísitala er eitthvað sem þú erfir við fæðingu á meðan tilfinningagreind þróast af reynslu í uppeldi þínu og umhverfi. Þú getur unnið að því að verða tilfinningalega greindur sem fullorðinn einstaklingur með því að rækta sterka hæfileika fólks.

Svona geturðu náð því:

* Vertu meðvitaður um viðbrögð þín. Ekki fara að dæma áður en þú skilur alla hlið aðstæðna til hlítar, reyndu í staðinn að sjá hlutina frá sjónarhorni annarra og hafðu opinn huga án þess að lúta í lægra haldi fyrir staðalímyndum eða hlutdrægni. Með því að samþykkja sjónarmið annarra og samþykkja skoðanir þeirra byggirðu upp traust þeirra.

* Metið sjálfan sig. Ertu meðvitaður um veikleika þína? Getur þú sætt þig við að það þurfi að vinna á sumum sviðum sjálfum þér til að verða betri manneskja? Skoðaðu sjálfan þig heiðarlega og yfirvegaða og vertu nógu hugrakkur til að breyta þeim hlutum sem hindra vöxt - það gæti breytt lífi þínu! * Skoðaðu sjálfan þig heiðarlega og yfirvegaða! Að vera heiðarlegur getur breytt lífi!

* Metið hvernig þú bregst við í streituvaldandi aðstæðum. Hvernig bregst þú við vonbrigðum þegar hlutirnir ganga ekki eins og búist var við, til dæmis þegar hlutirnir ganga ekki upp? Ertu að rífast eða kenna öðrum um í staðinn? Að geta stjórnað

vonbrigðum í rólegheitum er afar dýrmætt bæði í faglegum og persónulegum aðstæðum -
það kemur í veg fyrir að tilfinningaköst leiði til skyndiákvarðana eða aðgerða sem þú gætir
séð eftir síðar.

    * Ekki leita að staðfestingu á afrekum þínum. Auðmýkt getur verið ómetanleg
tilfinningaleg verkfærakista; Að æfa það sýnir öðrum að þú þekkir eigin styrkleika og
árangur án þess að þurfa að hrósa öðrum af þeim. Í staðinn skaltu einblína á afrek
annarra sem leið til að veita þér innblástur! Þú gætir bara séð að afrek þeirra smitast af
þér.

    * Taktu ábyrgð á gjörðum þínum. Ef þú veldur öðrum móðgun skaltu biðjast
afsökunar eða reyna að leysa málið strax ef þörf krefur. Ekki hunsa tilfinningar þeirra eða
kveikja á þeim til að trúa því að þeir hefðu ekki átt að særa á nokkurn hátt; Með því að
sýna viðleitni til að leiðrétta hlutina á heiðarlegan hátt og bæta úr, sýnirðu einstaklingnum
að hann sé metinn af þér og að allt sem unnt er verður gert til að viðhalda sambandi
ykkar beggja.

    * Vertu meðvitaður um áhrif gjörða þinna. Áður en þú grípur til aðgerða skaltu alltaf
hafa í huga hvernig það mun hafa áhrif á þá sem taka þátt í aðstæðum og viðbrögð þeirra
við því sem þú leggur til. Myndi það skaða þá eða auka málið enn frekar fyrir þá? Ef þetta
er raunin, forðastu að halda áfram með það alveg; en ef ekki er hægt að komast hjá því af
einhverjum ástæðum skaltu ganga úr skugga um að ræða þessa ákvörðun við þá fyrst og
reyna að finna leiðir til að lágmarka neikvæðar afleiðingar hennar.

    Tilfinningagreind er lykillinn að því að lesa og skilja fólk. Það gerir þér kleift að mynda
sterk tengsl við einstaklinga, sem að lokum leiðir til árangurs á öllum sviðum lífs þíns.

Þegar maki þinn kemur heim eftir erfiðan dag í vinnunni, hugsar hann með sjálfum sér: "Loksins! Ég get slakað á núna!" eða hugsa þeir í staðinn: "Hér kemur það aftur!" Ef þú vilt farsælt hjónaband eða samband, myndirðu helst vilja að þau hugsi fyrri setninguna - jafnvel þó að það sé gott að koma heim á óaðfinnanlegt heimili, þá skiptir meira máli að þeim líði vel í umhverfi sem þeim finnst gaman að vera í og Finndu þig velkominn og velkominn af þér eins og hreinlætisþátturinn sjálfur.

Hvað ættir þú að gera þegar þú hefur átt erfiðan dag? Brostu og reyndu að vera góður eins og við ókunnuga á fundi, eða henda öllum tilfinningalegum brotum þínum á þá? Skrítið hvað þeir sem standa okkur næst sjá oft okkar verstu hliðar. Það má halda því fram að án þess að vera „raunveruleg" hvert við annað á heimilum okkar og samböndum, hverjum annars myndum við opna okkur fyrir? En geturðu líka séð um alla tíðu lætin og lætin frá þeim?

Þess vegna er nauðsynlegt að þú búir ekki til umhverfi sem þú munt ekki geta búið í sjálfur. Auðvitað eiga allir augnablik þar sem kvíði, reiði eða streita taka völdin. Reyndu þó að takmarka þessi atvik svo maki þinn komi ekki heim til neikvæðni. Ef þessar tilfinningar virðast erfitt fyrir þig að stjórna einn, talaðu við vini eða meðferðaraðila til að fá stuðning; aðeins þegar andleg heilsa þín er stöðug geturðu búið til ákjósanlegt andrúmsloft fyrir ykkur bæði.

Að laða að maka þinn krefst þess að halda tækninni frá jöfnunni þegar þú talar við hann; gefðu fulla athygli þína án þess að fletta í gegnum Twitter strauminn þinn samtímis; hlustaðu á hvernig dagurinn þeirra leið og segðu frá því sem þú gerðir á meðan á honum stóð; ef heimili þitt er nógu stórt skaltu halda fartölvum eða tölvum úr augsýn til að draga úr freistingu til að kíkja of oft inn; decluttering mun gera ráð fyrir tíðum endurtengingum í stað aðeins einnar stefnumótskvölds í hverri viku.

Að auki geta ytri áhrif hjálpað til við að skapa kjörið andrúmsloft. Gakktu til dæmis úr skugga um að bæði þú og heimilið þitt lykti vel þegar maki þinn kemur - þetta mun samstundis hressa þá andlega á meðan þeir líða nánar. Kveiktu á ilmkertum og spilaðu létta tónlist til að skapa rómantíska, notalega stemningu; félagi þinn mun örugglega vilja vera lengur hjá þér!

Heimilið þitt ætti að vera vin þæginda og friðar - ef þú getur hjálpað til við að byggja eitt slíkt saman með maka þínum, mun það ganga langt í átt að farsælu samstarfi.

Að viðurkenna þægindasvæði þeirra og koma til móts við þau

Felur samband þitt í sér æfingabuxur, prumpur í rúminu og maki þinn öskrar "Elskan, þessi bóla getur tekið yfir allt andlitið á þér!"? Ef þetta lýsir kraftinum milli þín og maka þíns, þá hefur þér tekist að koma á skemmtilegri tengingu sem er byggð til að endast.

Á einhverjum tímapunkti í sambandi þínu gætir þú lent í aðstæðum þar sem athöfn eða félagslegar aðstæður sem þú vildir taka þátt í voru utan þægindaramma maka þíns. Til að viðhalda friði í sambandinu og forðast ágreining er nauðsynlegt að báðir aðilar skilji hvar þægindi þeirra enda og hversu langt þú getur ýtt þeim til að fara út úr þeim.

Ef þú ert úthverfur og maki þinn er innhverfur, gæti hann ekki notið þess að mæta í eins margar veislur og útivist og þú. Þess vegna, að finna ásættanlega málamiðlun þar sem hvorugur félagi finnst takmarkaður af því að vera of mikið innandyra; og þar sem hvorugt finnst oflýst vegna stöðugra félagslegra samskipta er lykillinn að því að finna hamingjuna saman.

Til að koma til móts við óskir þeirra, byrjaðu á því að skilja skap þeirra - eins og þegar þeim finnst gaman að fara út á móti þegar þeir vilja eyða meiri tíma heima með Netflix og bókum. Reyndu líka að fara ekki út samfellda daga og leyfðu orkuforðanum að endurhlaða sig áður en þú ferð út aftur. Þessar litlu breytingar á viðhorfi þínu munu sýna þeim að þér þykir vænt um óskir þeirra á meðan þú hvetur þá til að fara út fyrir þægindasvæðið til að koma til móts við þig líka!

Rannsóknir hafa sýnt að þegar pörum líður vel í samböndum sínum aukast líkurnar á því að þau endist lengur verulega. Aftur á móti, að ná þægindastigi þýðir minni spennu eða nýja upplifun til að kanna og hætta á að verða gömul með tímanum. Svo, hvernig geturðu komið jafnvægi á að koma til móts við bæði þægindastig maka þinna á meðan þú heldur rómantíkinni á lífi?

Reyndu að koma hvort öðru á óvart einstaka sinnum - ekki með einhverju eins stóru og að kaupa nýjan bíl án þess að ráðfæra sig við maka þinn fyrst - einbeittu þér frekar að smærri, þýðingarmiklum látbragði eins og að útvega uppáhalds máltíðina sína þegar þeir koma heim úr vinnunni, klæðast kynþokkafyllstu undirfötunum þínum í rúmið eða skipuleggja óvæntar dagsetningar til að sýna ástinni þinni hversu hugsi þú ert. Þessar litlu óvart munu bæta við undrun án þess að fara of langt út fyrir þægindasvæði þeirra.

Pör sem verða of þægileg geta auðveldlega fallið inn í talandi svæði og búast við því að maki þeirra geti lesið þau án þess að þau þurfi að segja neitt sjálf. En raunveruleikinn getur oft sannað annað!

Að skilja sjálfan þig getur verið auðvelt fyrir aðra út frá mynstrum og fyrirsjáanlegri hegðun, en stundum getur það einfaldlega ekki uppfyllt væntingar þínar. Þegar þetta gerist verða samskipti og að tjá tilfinningar þínar í fyrirrúmi; bæla ekki niður tilfinningar þegar þær koma upp; tjáðu þau opinskátt í staðinn! Ef eitthvað hefur sært þig djúpt eða tilfinningalega ef þeir þurfa einhvern til að sitja með eða halda í höndina á honum láttu þá bara vita! Hjarta til hjarta er alltaf áhrifaríkasta leiðin til að tengjast þeim sem standa okkur næst.

Ef að tjá tilfinningar sínar er ekki eitthvað sem maka þínum finnst þægilegt að gera skaltu koma til móts við þá með því að læra óorðin vísbendingar þeirra og ekki þrýsta of mikið á hann til að tjá sig. Með tímanum muntu taka eftir þakklæti þeirra fyrir því að þú leyfir þeim að vera innan þægindarammans.

Þægindasvæði maka þíns er rýmið þar sem þeir leyfa þér að sjá hann í raun og veru eins og hann er - bæði styrkleikar þeirra og gallar. Með því að læra að vera með þeim á þessu svæði muntu uppgötva persónuleika þeirra á auðveldari hátt og læra að túlka hann auðveldlega.

Að vera berskjaldaður

Við höfum talað mikið um varnarleysi í þessari bók og það þarf að endurtaka að tilfinningaleg útsetning veitir þér styrk til að opna þig fyrir reynslu og ást. Margir eru hræddir við að sýna viðkvæmni sína vegna þess að þeir halda að það láti þá líta út fyrir að vera veikburða - þetta er einfaldlega ekki satt! Hér er hvers vegna.

Með því að deila sanna sjálfinu þínu með þeim sem standa þér næst, sýnirðu hugrekki þitt í því að sjást fyrir hver þú ert í raun og veru og sjá þig fyrir hver þú ert í raun og veru - skapar tilfinningu um að tilheyra, ást og áreiðanleika í samböndum sem skipta mestu máli.

Að stíga fram með hugrekki til að vera viðkvæm hefur marga tilfinningalega kosti. Með því að setja sjálfan þig í aðstæður sem gera þig viðkvæman, eins og að setja sjálfan þig í aðstæður sem reyna á hæfileika þína og prófa hversu hæfur þú ert til að stjórna krefjandi atburðarás - byggja upp sjálfstraust um leið og þú styrkir seiglu gegn hindrunum á leiðinni.

Að sýna varnarleysi með vinum, maka og foreldrum getur ýtt undir samkennd. Að gera það gerir þeim kleift að verða vitni að mjúku blettum þínum sem þú hefur tilhneigingu til að halda huldu öðrum - segja þeim að þeir skipta meira máli en allir aðrir með því að opna þessa hlið upp fyrir þeim.

Fyrir utan að bæta samskipti við aðra, styrkir samkennd einnig tengsl þín við sjálfan þig. Með því að samþykkja óæskilegar eða veikar hliðar á sjálfum þér og samþykkja þá sem hluta af því sem þú ert, eykur samkennd sjálfsviðurkenningu og stuðlar þannig að almennri vellíðan.

Eftirfarandi eru nokkrar tillögur til að hjálpa þér að verða viðkvæmur: * Vertu opinn fyrir að taka áhættu sem getur leitt til höfnunar. Talaðu heiðarlega um það sem þú vilt fá út úr samböndum - sérstaklega væntingum þínum og mörkum - ásamt persónulegu efni sem þú ræðir venjulega ekki við neinn annan, eins og persónuleg mál sem koma upp í samræðum og ræða fyrri mistök í samböndum.

* Ræddu atvik sem vekja ótta, skömm eða sorg.

Hingað til höfum við kannað örfáar leiðir til að samþykkja varnarleysi hjálpar manni að vaxa; það opnar dyr fyrir breytingar á sama tíma og það byggir upp sveigjanleika.

Breytingar geta verið skelfilegar fyrir marga vegna þess að þær fela í sér að yfirgefa þægindarammann sinn og fara inn á óþekkt svæði. Þess vegna krefst þetta ferli umfangsmikillar vinnu - fyrsta skrefið er að læra að vera viðkvæmur. Ímyndaðu þér að þú sért að reyna að brjóta óskilgreinanlegan slæman vana eins og óhóflegt át, sem hefur haft neikvæð áhrif á heilsu þína, útlit og fjárhagsáætlun. Til þess að gera það með góðum árangri verður þú hins vegar fyrst að bera kennsl á rót þess; hvað er það sem rekur þig í átt að mat í fyrsta lagi? Ert þú að borða til að flýja tilfinningar, streitu eða kvíða, eða vegna leiðinda? Til þess að sigrast á fíkn þinni í mat verður að skoða sjálfan þig heiðarlega - að viðurkenna myrku venjur þínar munu ekki breytast á einni nóttu, alveg eins og tilfinningar þeirra geta það ekki.

Breytingar krefjast heiðarlegrar sjálfsgreiningar án sveigjanleika - og varnarleysi er hliðið að þessu öllu!

Varnarleysi getur opnað huga þinn fyrir nýjum sjónarhornum. Lykillinn að því að taka á móti fjölbreyttum sjónarmiðum og hugmyndum liggur í því að viðurkenna að upplifun þín hafi ekki verið allsráðandi í lífinu; að gefa tímabundið upp skoðanir og gildi fyrir önnur sjónarmið getur verið krefjandi; samt sem áður hjálpar varnarleysi þér að sjá að það er meira fyrir utan sjálfan þig, þar sem þú kemst að því að það er fólk sem lifir utan langana þinna og þarfa ásamt því að samþykkja öll sjónarmið jafnt til að mynda þýðingarmikil tengsl við fólkið sem býr þar.

Það er gamalt máltæki: allt sem þú setur út í heiminn kemur aftur til þín í einhverri mynd eða annarri. Það á jafn vel við þegar kemur að samböndum eða tengingum - það sem þú kemur með mun endurspegla þig í sömu mynt; til dæmis mun ást, samkennd, umburðarlyndi og þolinmæði skila sér í formi sterkra og þýðingarmikilla tengsla, en öfugt.

Nú þegar þú skilur hvernig fólk vinnur er kominn tími til að nota alla þá þekkingu! Í þessum hluta munum við nýta allt nám þitt að góðum notum - að ráða jafnvel vandlega geymdu leyndarmálin getur verið erfiður; hér munum við kanna hvað gefur fólki í burtu, koma auga á lygar fljótt og brjótast í gegnum allar hindranir sem fólk setur oft upp gegn sjálfu sér.

Fólk sem les snýst allt um að fylgjast með litlu smáatriðum og athugunum sem oft renna óséður fram hjá. Sem reyndur lesandi geturðu ekki látið jafnvel smámun eins og nefflök eða naglakipp fara óséður; Þess vegna miðar þessi hluti að því að kenna þér hvernig á að bera kennsl á þessar örupplýsingar sem hjálpa til við að gera nákvæmt mat.

Hefur þú einhvern tíma séð hvernig einhver lítur út þegar hann er að ljúga? Því miður er ekkert eitt svar þar sem hver einstaklingur sýnir mismunandi vísbendingar um lygar. Líkamstjáning, svipbrigði, orðaval og venjur geta gefið til kynna hvort einhver sé að ljúga. Munnleg og óorðleg vísbendingar eins og þessar geta hjálpað til við að bera kennsl á lygar á móti sannleika - þó þú þekkir kannski ekki hugtakið grunnlína sjálft!

Að setja fólk í grunninn gefur þér vald til að meta einstaklinga á sannleiksgildi þeirra. Með því að leggja fram hlutlægan mælikvarða til að bera saman og dæma hvort hegðun þeirra sé út í hött, eða einfaldlega til marks um að þeir hegði sér eðlilega.

Svo hvernig geturðu greint grunnhegðun? Hér eru þrjú einföld skref sem hjálpa þér að gera einmitt það!

Skref 1: Byrjaðu með handabandi.

Eins og sagt er, fyrstu sýn endast og þú færð aðeins eitt tækifæri til að koma með þessa fyrstu áhrifaríku yfirlýsingu um einhvern. Líttu á þetta líka tilvalið augnablik til að meta gjörðir einstaklings þar sem flestir eru jákvæðastir á upphafsfundi.

Sölumenn og viðmælendur eru duglegir að nota þessa hæfileika og skapa oft góða fyrstu sýn hjá viðskiptavinum eða hugsanlegum ráðningum eftir aðeins eitt handaband. Leyndarmál þeirra? Að fylgjast vel með augnaráði, raddgæðum og líkamsstöðu þegar þú heilsar nýliðum með kynningarhandabandi.

Sama hvort þú ert í félagslegum eða faglegum aðstæðum, með því að fylgjast með félagslegum vísbendingum fólks og taka andlegar athugasemdir mun það gera þér kleift að meta þær hraðar. Jafnvel þó að þetta gæti stundum fundist uppáþrengjandi, veistu að öll þessi gögn koma hvort sem er ómeðvitað upp í huga okkar; með því að gera meðvitaða tilraun til að muna nærveru þess getum við fljótt gert tengingar hvað varðar hegðun.

Þegar þú tekur í hönd einhvers skaltu fylgjast með því hvernig hann talar, segir brandara og svarar persónulegum spurningum í náttúrulegu umhverfi. Þessar upplýsingar geta hjálpað til við að koma á grunnlínu.

Skref 2: Örva mismunandi viðbrögð með því að setja fram spurningar.

Lykillinn að því að búa til nákvæma grunnlínu er að safna saman eðlilegum viðbrögðum einstaklings við mismunandi aðstæður - hvernig þeir bregðast við þegar þeir eru ánægðir, dapur eða leiðindi eru bara dæmi - þó að þetta gæti verið erfitt í hversdagslegum aðstæðum eins og jarðarför - þó stundum sé spurt tiltekinna spurninga til að meta viðbrögð gæti veitt innsýn í þær nánar.

Sýna David eða Jane merki um óþægindi þegar þú segir þeim „nei"? Lyftir Kevin upp augabrúnunum þegar hann talar við Taylor?

Viðbrögð þín við ógnandi aðstæður munu leggja grunninn að því hvernig þessi manneskja bregst við í hættulegri aðstæður.

Hægt er að nota augnhreyfingar sem vísbendingu um frávik frá eðlilegri hegðun. Samkvæmt vísindamönnum um allan heim, halda þeir sem stunda óheiðarlega athafnir yfirleitt augnsambandi þegar þeir tala, þó mynstur þeirra sé frábrugðið venjulegum aðstæðum - til dæmis gætu þeir litið niður eða litið annað á meðan þeir tala; eða sýna stöðuga augnsamband í fyrstu en skipta svo eftir kveikjuspurningar eða streituvaldar sem valda því að það breytist skyndilega; að blikka hægar eða hraðar en venjulega getur líka gefið til kynna að eitthvað grunsamlegt sé í gangi.

Aðrir þættir sem þarf að fylgjast með þegar grunnlínur eru framkvæmdar eru sitjandi og standandi stellingar, raddhraði og tónn, hláturstíll, taugaspenntur, handbendingar og spennu- og undrunartilbrigði. Það sem margir gera sér ekki grein fyrir er að andlit þeirra svíkur oft sannar tilfinningar með örtjáningu eins og stuttum brosi eða augabrúnlyftingum sem gerast í aðeins millisekúndur en sýna nákvæmlega hvernig manneskju raunverulega líður - ólíkt líkamstjáningu sem hægt er að stjórna að hluta með meðvitund af því.

Sérfræðingar eru sammála um að tilfinningar sem sýndar eru við andlitsmeðferð gefa ekki alltaf til kynna sektarkennd; stundum vilja þeir einfaldlega ekki tjá það sem þeim liggur á hjarta. Þegar einhver sýnir þessi einkenni skaltu rannsaka frekar með því að spyrja sérstakra spurninga um hvers vegna honum líður svona.

Skref 3: Haltu andlegri skrá yfir grunnhegðun.

Lokalykillinn að því að leysa þessa þraut liggur í því að muna allt sem þú fylgist með andlega. Skrá hegðun þeirra ásamt öllum viðbótarupplýsingum eins og maka, starfsgrein eða heimilisfangi heimabæjar ef þörf krefur - sérstaklega ef minnið þitt er veikt! Að gefa upp þessi auka smáatriði gæti hjálpað til við að tengja punkta hraðar á meðan þú muna aðrar upplýsingar á auðveldari hátt; bara ekki skrifa allt niður, láttu heilann muna!

Hefur þú einhvern tíma mætt í veislu þar sem þegar þú sagðir grípandi sögu úr vinnunni til hóps fólks var allt sem heyrðist sem svar: "Ó já! Frábært. Eru þeir að þjóna rækjum?" og orka þín hvarf fljótt um leið og þú varst fljótur að pakka sögu þinni til lykta, án þess að vera ánægður með hvernig hlutirnir hefðu reynst?

Það sem gerðist var að einhver hlustaði bara hálfpartinn og spurði óviðkomandi spurningu sem drap bæði samræður þínar og skap. Til að halda samtali flæðari vel skaltu fylgjast með og setja fram viðeigandi fyrirspurnir - þetta mun fá þá til að tala frjálsari og að lokum gerir þér kleift að öðlast dýpri innsýn í þær og hjálpa þér að lesa þær betur á móti. Þetta er eins og domino áhrifin!

Boð er eitt af grundvallartækjum samskipta; það upplýsir viðstadda um að það sé komið að þeim að tala á meðan þeir koma með tillögur um efni sem þeir gætu kannað.

Dæmi: Að spyrja: "Hvernig var síðasta bók sem þú last?" opnar boð um samtal um það tiltekna efni sem þú ræddir í spurningunni þinni.

Þessi boð þjóna sem ómissandi öryggisnet þegar samtal fer út af sporinu. Ef þú finnur fyrir þér í erfiðleikum með að koma með umræðuefni, reyndu þá að henda boðinu í blönduna - sérstaklega ef það tengist einhverju sem þú hefur rætt áður! Annars mun það ekki skaða að hefja nýtt efni með öllu.

Boð geta verið í formi spurninga eða staðhæfinga. Þegar þú notar spurningamiðuð boð, vertu viss um að hafa tungumálið opið og tengjanlegt til að fá hámarks svörun.

Þessar opnu spurningar leyfa manneskjunni fyrir framan þig að útskýra í stað þess að gefa stutt svör. Til dæmis að spyrja: "Góð ferð þín?" mun líklega leiða til annað hvort já eða nei svara. Aftur á móti, að spyrja "Hvernig var ferðin þín?" þú gætir fengið ítarlegri svör sem sýna hinum aðilanum að þér þykir vænt um og hvetja hana til að deila frekari upplýsingum um ferð sína með þér.

Með því að hafa áhuga á að kynnast öðrum sýnirðu þitt eigið. Þetta skapar styrkjandi tengsl milli þín og viðkomandi einstaklings og gerir þeim kleift að opna sig meira.

Svipað og að spyrja innsæis spurninga, að spyrja innsæis spurninga um þær sýnir áhuga þinn. Með því að fylgja klassísku reglunni "sýna, ekki segja frá," með því að spyrja skynsamlegra spurninga sýnirðu fólki að þér þykir vænt um - þó vertu varkár við að vera forvitinn!

Næst kemur það verkefni okkar að spyrja góðra og innsæis spurninga.

Að gera hið síðarnefnda mun ekki gefa þér mikla innsýn í sitt sanna sjálf, þar sem jafnvel þeir munu ekki skilja hvers vegna þú hefur áhuga. Þeir gætu gert ráð fyrir að þér sé sama um veðrið en þeim! Sömuleiðis, með því að spyrja innilegra spurninga eins og

„Hver er dýpsta þráin þín?,“ gætirðu valdið þeim óþægilegum og viljað flýja frá þér eins fljótt og auðið er.

Byrjaðu smátt og leiðandi. Eftir því sem spurningar þínar þróast skaltu spyrja nánari spurninga smám saman og taka tillit til þægindastigs hins aðilans. Ef á einhverjum tímapunkti virðast þeir hafa áhyggjur af fyrirspurnum þínum eða sýna merki um óþægindi skaltu hætta. Í staðinn skaltu skipta aftur yfir í minna uppáþrengjandi spurningar þar til þú færð leyfi til að halda áfram að rannsaka dýpra.

Áður en kafað er of djúpt í persónuleika einhvers ætti þó að hafa tvö mikilvæg atriði í huga.

Fyrst og fremst gerist það ekki á einni nóttu að skipta um samband úr formlegu yfir í náið; frekar er þetta hægfara ferli sem tekur nokkur samtöl með tímanum. Í fyrstu geta samtöl snúist um efni á yfirborðinu eins og fjölskyldu og áhugamál; með tímanum gæti þetta breyst út í persónulegar umræður eins og fyrri sambönd eða áföll í æsku.

Minntu sjálfan þig á að hvert samtal býður upp á tækifæri til að byggja upp samband og öðlast meiri innsýn í manneskju. Með tímanum gæti þeim fundist þægilegra að deila persónulegum upplýsingum um sjálfan sig.

Í öðru lagi, skapa traust. Ef þú biður einhvern um að gefa upp nákvæmar upplýsingar um líf sitt, vertu reiðubúinn að gera það sama í staðinn. Að deila upplýsingum um sjálfan þig mun opna á traust milli ykkar tveggja sem getur byggt upp sjálfstraust í hvaða sambandi sem er.

Boðsspurningar eru frábærar til að opna fyrir samræður, en þær munu ekki gera starfið einar. Notaðu því eftirfylgnifyrirspurnir til að lengja umræðuna.

Einfaldlega sagt, að spyrja einhvern spurninga eins og: "Hvernig líður þér með það?" eða "Af hverju sagðirðu það?" sýnir ósvikna forvitni á sögu þeirra eða skilaboð og veitir þeim staðfestingu á því að hugsanir þeirra séu metnar af einhverjum. Þetta gefur þér líka tækifæri til að sýna fram á gildi þegar þú hlustar af athygli á samtölum sem annars gætu virst of óþægileg eða leiðinleg fyrir þig.

Næst þegar einhver talar í óljósum orðum, í stað þess að kinka kolli og fara hratt, spyrðu þá: "Hvað áttu við með því?" Til að lengja og gera innihaldsríkari samtöl eru hér nokkrar viðbótarhugmyndir:

* Hvað ertu að gera þessa dagana, systir þín/bróðir/maki? * Hvernig leið dagurinn þinn - og hvað var mest spennandi hluti hans? * Hvers vegna komst þú með svona yfirvegaða athugasemd? * Gætirðu útskýrt það nánar og hjálpað mér að skilja það frekar?

* Trúir þú að hugsanir þínar myndu breytast um þetta mál og að lokum skipta um skoðun á því?

Áður en þú svarar hverri spurningu skaltu leyfa hinum aðilanum tíma og svigrúm til að svara, án þess að trufla meðan á svarinu stendur. Hlustun er lykilatriði þegar þú kynnist einhverjum betur!

Einstein ráðlagði sem frægt er, "Spurðu allt". Að spyrja skilningsríkra spurninga til þeirra sem við höfum samskipti við hjálpar til við að skapa skilvirk samskipti, byggja upp traust samband og mynda þýðingarmikil tengsl.

Hversu oft hefur þú hugsað: "Ég er búinn að fá nóg. Þeir ljúga alltaf!"? Hvort sem eftir misheppnað samband eða starfshækkunarloforð hefur farið afvega þá eru lygar alltaf vonbrigði og geta látið okkur efast um dómgreind okkar og treysta fólki sem við treystum einu sinni minna og minna. Hvað ef það er leið út? Þessi kafli mun útbúa þig með verkfærum til að verða þinn eigin mannlega lygaskynjari svo þú getir greint öll grunsamleg merki fljótt og lært að treysta aðeins áreiðanlegum einstaklingum.

Satt best að segja ljúga flestir stundum. Stundum eru þetta kannski bara litlar hvítar lygar eins og "Nei elskan, þessi kjóll lætur þig ekki líta út fyrir að vera feitur!" en í öðrum tilfellum geta lygar verið augljósari eins og: "Mamma var veik svo þess vegna var ég of sein í dag", eða beinlínis blekkingar eins og: "Ég á ekki í ástarsambandi; ég átti annan heilan kvölddag í vinnunni".

Hins vegar eru flestir lélegir í að þekkja lygar, sem leiðir til blekkingar. Rannsókn sem gerð var til að skoða þetta svæði sýndi að aðeins 54% þátttakenda gátu greint ósannindi á réttan hátt.[16]

Hegðunarmunur á milli einstaklinga sem ljúga og þeirra sem segja sannleikann getur verið erfitt að meta, þar sem það eru engin sérstök merki sem gera manni kleift að bera kennsl á annan hvorn hópinn; Hins vegar geta lúmskur vísbendingar hjálpað til við að greina einn frá öðrum. Eins og áður hefur komið fram í öðrum kafla eru afbrigði frá grunnhegðun annar vísbending um lygar.

Hins vegar er nauðsynlegt að viðurkenna að lygagreining byggir að miklu leyti á því að treysta þörmum þínum. Með því að vita hvaða merki á að varast og læra hvernig á að túlka þau með þekkingu þinni og eðlishvöt, verður lygauppgötvun mun einfaldari fyrir þig.

Sálfræðingar og vísindamenn í mörgum atvinnugreinum hafa framkvæmt umfangsmiklar rannsóknir á blekkingum og líkamstjáningu til að hjálpa lögreglumönnum að greina svikara og lygara hraðar og nákvæmar. Niðurstaða þessarar rannsóknar hefur bent á nokkra mögulega rauða fána sem gætu bent til svika:

* Að vera vísvitandi óljós með því að bjóða fram lágmarksupplýsingar; Að vera ófær um að veita upplýsingar um neinn atburð eða atvik

Endurtaka setningar eða spurningar þegar tilteknum fyrirspurnum er svarað; Talað í setningabrotum.

* Sýna snyrtihegðun eins og að þrýsta fingrum að vörum eða meðhöndla hárstrengi

Eins og á við um allt annað, þá skapar æfing meistarann í lygaskynjun líka. Lestur rannsókna og lærdóms segir getur aðeins komið þér svo langt; til að ná tökum á lygagreiningu þarf að fylgjast vel með og vera 100% meðvitaður.

Sem slík beinum við nú áherslum okkar að vísbendingum eða skiltum sem þú ættir að passa upp á þegar þú reynir að koma auga á svikara.

Vertu fyrst og fremst meðvitaður um hvaða merki ber að varast. Þó að fólk treysti á gildar vísbendingar til að greina lygar, gæti áreiðanleiki þeirra sem lygavísar verið takmarkaður. Sumar algengar blekkingarvísbendingar sem fólk tekur eftir eru:

* Sýna afskiptaleysi: Þegar einhver reynir að vera tilfinningalega hlutlaus með því að bæla tjáningu og láta ekki segja sér, gæti hann sýnt skort á tjáningu, tekið sér óbilandi stellingu eða yppt öxlum sem leið til að upplýsa ekki of miklar upplýsingar.

* Raddleysi: Ef ræðumaður virðist vera óviss um sjálfan sig og byrjar að muldra eða stama á meðan hann talar, gæti það verið vegna þess að heilinn getur ekki hugsað nógu hratt til að hylja lygar sínar.

* Ofhugsun: Þegar einhver virðist ætla að afbaka sannleikann getur ofhugsun oft verið afleiðingin. Með réttri þekkingu á hvaða merkjum ber að varast og getu til að beita dómgreind á áhrifaríkan hátt í hvaða aðstæðum sem er, getur skilningur orðið miklu einfaldari.

Í öðru lagi, ekki treysta eingöngu á líkamstjáningu. Flestar lygauppgötvunarbækur og blogg tala fyrir því að einblína eingöngu á líkamstjáningu - fíngerðar breytingar á hegðun og líkamlegum einkennum sem sýna hver er óheiðarlegur - til að ná blekkingum. Hins vegar benda rannsóknir nú til þess að vísbendingar um líkamstjáningu geti hjálpað til við að koma auga á lygar en séu ekki alltaf áreiðanlegar vísbendingar um blekkingar.

Howard Ehrlichman, rannsóknarsálfræðingur, komst að því að breytingar á augnhreyfingum bentu ekki alltaf til lygar; þær gætu einfaldlega stafað af því að sækja upplýsingar úr langtímaminni eða hugsa of mikið.[17]

Af þessum og öðrum rannsóknum má draga þá ályktun að líkamstjáning, þótt oft sé nákvæm, sé kannski ekki alltaf besta vísbendingin um lygar. Að þekkja einhvern og hegðunarmynstur hans gefur forskot í að greina lygar frá grunnhegðunarmynstri.

Í þriðja lagi skaltu biðja þá um að segja sögu sína - afturábak! Kenningin á bak við þessa æfingu er sú að orðlaus og munnleg vísbendingar sem greina sannleika frá lygi verða meira áberandi þegar vitsmunalegt álag eykst - þetta er vegna þess að lygar eru þreytandi ferli miðað við að segja sannleikann - þess vegna segir fólk "ef þú segir sannleikann, þú þarf ekki að muna öll smáatriði þess".

Viljandi lygar eru vitsmunalega krefjandi athafnir; þeir sem taka þátt í þeim krefjast mikils hugarfars til að reyna að leyna frásögnum sem gætu gefið frá sér lygar þeirra, fylgjast bæði með eigin hegðun og hlustenda. Að koma á trúverðugleika og sannfæra aðra um sögu sína krefst átaks, en þegar það er blandað saman við kröfuna um að segja hana aftur á bak gætirðu byrjað að koma auga á sprungur í frásögn þeirra eða hegðunarmisræmi. Rannsóknir hafa rökstutt þessa kenningu. Ef saga virðist þunn í smáatriðum, eða er algjörlega tilbúin, mundu hvaða smáatriði voru endurtekin í fyrsta skiptið! Að gera þetta gerir þér kleift að greina á milli lyga og sannleika.

Eins og áður hefur verið rætt um, treystu eðlishvötunum þínum! Eins og áður hefur verið gefið til kynna gæti það verið besta vopnið þitt gegn lygauppgötvun að fylgjast með maganum. Fjölmargar rannsóknir hafa sannað að innri undirmeðvitundarvísar eru skilvirkari en meðvitaðar aðferðir við að greina blekkingar. Menn búa yfir leiðandi,

meðvitundarlausum gögnum sem hjálpa til við að bera kennsl á svik ef við gefum gaum
að þeim.

Þó að eðlishvöt geti verið mjög áreiðanleg, skortir fólk oft kunnáttu eða getu til að
nota þau nákvæmlega og er viðkvæmt fyrir sviksamlegri hugsun. Því miður geta meðvituð
hugsun eða viðbrögð hins vegar truflað sjálfvirk tengsl - í stað þess að treysta innsæi þínu,
byrja meðvitaðar hugsanir þínar að greina mynstur eða staðalímyndir aðgerðir og að
lokum tala sjálfan þig frá því að treysta því alveg. Að þekkja sjálfan þig nógu vel gerir þér
kleift að þekkja eðlislæg viðbrögð á meðan þú leggur ekki ofuráherslu á hegðun sem leiðir
niður veginn í átt að sjálfsefa og fær þig til að efast um hvort það gæti virkað stundum!

Að lokum skaltu fylgjast með breytingum á sjálfstraustsstigi þeirra. Að borga eftirtekt
mun sýna þér að stíll hugsanlegs blekkingar breytist þegar þeir eru frammi; flestir lygarar
finna fyrir öryggi innan takmarkaðs lygasvæðis síns, þar sem þeir finna að þeir hafa stjórn
á; Hins vegar ef eitthvað ögrar einhverju sem þeir segja getur það valdið því að þeir missi
stjórnina og þar með lækka sjálfstraustið verulega.

Þegar þeir byrja að finna fyrir þrýstingi gætirðu tekið eftir því að þeir breyta frásögn
sinni eða gefa ósamræmileg svör um ákveðna atburði, verða óreglulegri í svörum sínum
og breyta því hvernig þeir lýsa þeim. Með því að fylgjast með hegðunarbreytingum eins
og þessari gætirðu komið auga á eyður í sögu þeirra og greint raunverulega ásetning
þeirra.

Hafðu í huga að það getur verið erfitt að ákvarða hvort einhver fyrir framan þig sé að
segja sannleikann eða búa til sögur; kannski eru þeir hæfileikaríkir í að leyna upplýsingum,
eða traust þitt getur gert það erfitt fyrir þig að koma auga á eitthvað að. En merki og
vísbendingar sem lýst er hér að ofan geta gefið upp að einhver sé að fela eitthvað fyrir
þér.

Næst þegar þú þarft að meta heiðarleika einhvers skaltu fylgjast vel með öllum
lúmskum vísbendingum sem tengjast lygum. Ef nauðsyn krefur, auka þrýstinginn með því
að gera það skynsamlega skattlagt fyrir þá að segja sögu sína. Með því að halda þessum
starfsháttum á sínum stað og hafa þessar ráðleggingar í huga muntu geta dregið úr lífi
þínu fljótt þeim sem eru óheiðarlegir við þig.

Hvernig geturðu sagt hvort einhver sé að ljúga með því að sleppa? Hvernig geturðu
ákvarðað hvort einhver sé að ljúga með því að sleppa? Ef einhver lýgur ekki beinlínis en
sýnir í staðinn aðeins hluta af sannleikanum, telst þetta þá vera lygi eða einfaldlega
samskipti? Að ljúga með því að sleppa er snjöll aðferð notuð til að forðast að segja frá
öllu sem gerðist; að því er varðar skráningu ætti það að teljast ljúga þar sem það kemur í
veg fyrir að viðtakandi þess fái nákvæman skilning. Til dæmis gæti barn sagt þér að það
hafi sett ís í frystinn bara svo seinna komið út seinna og borðað allt sjálft; til að skrá sig
ætti þetta að flokkast sem lygi þar sem það kemur í veg fyrir að viðtakandi upplýsinga sjái
allar hliðar. Til dæmis gæti krakki sagt að þeir hafi sett ís í frystinn en svo ekki að minnast
á að þeir hafi tekið hann út seinna þar sem hann kom út síðar í stað þess að segja þeim að

fullu frá öllum staðreyndum eins og að taka hann út seinna og borða hann síðar þegar spurt af þér eins og hægt er.

Samt sem áður gaf svar þeirra þér ekki nægilega nákvæmar upplýsingar ef spurning þín var "Hvert fór ísinn?"; burtséð frá því hversu nákvæm saga þeirra kann að hafa verið.

Vandamál við að ljúga með sleppt lygar er að flestir einstaklingar sem nota það telja það ekki vera að ljúga, þar af leiðandi eru þeir ekki eins tregir eða sýna dæmigerð merki um að einhver segi ósannindi. Til að skilja að fullu hvers vegna einhver lýgur þurfum við að vita hvata þeirra; fólk gæti haldið eftir mikilvægum upplýsingum vegna skömm, sektarkenndar eða ótta, en þar sem það er tregt til að segja fullar lygar gæti verið auðveldara fyrir rannsakendur að komast að sannleikanum ef einhver skilur eftir mikilvægar upplýsingar í samtölum.

Leitaðu að merkjum um að einhverjum virðist óþægilegt þegar þú ræðir mikilvægt efni. Hljóma þau óljós, taka of margar pásur, forðast augnsamband? Spyrðu sérstakra spurninga til skýrleika til að neyða fólk til að taka meðvitaðar ákvarðanir um hvort það eigi að deila tilteknum upplýsingum eða ekki, geta ekki lengur falið sig á bak við "ég er ekki að ljúga", sem gerir þér kleift að læra allan sannleikann á auðveldari hátt en þegar einhver lýgur frjálslega án þess að hika. Jafnvel þótt einhver lýgur, þá verður líklega auðveldara að greina merki þess samanborið við einhvern sem lýgur ítrekað án þess að hika.

Hefur þú einhvern tíma hitt einhvern sem gerði þig strax órólegan, en gat ekki greint hvers vegna hann virtist óþægilegur fyrir þig? Virtist eitthvað athugavert við hvernig þeir líta á þig en gat ekki bent á hvað nákvæmlega? Hafa þeir valdið þér óþægindum en þú gast ekki sett fingurinn á hvers vegna þeir litu svona út? Ef þetta hljómar kunnuglega fyrir þig þá gæti kafli 22 veitt lausnina: Nákvæmni við þunna sneið.

"Eitthvað fannst mér ekki alveg rétt." Þú myndir finna sjálfan þig til einskis að reyna að útskýra fyrir maka þínum hvers vegna þú hefðir ekki valið þennan sérstaka tannlækni fyrir tannaðgerðir eða hvers vegna þú hafnaðir glæsilegu atvinnutilboði.

Daglega komumst við í snertingu við ýmislegt fólk; sumt sem við þekkjum varla og annað sem skilur eftir varanleg áhrif. Þú gætir rifjað upp einhvern sem þú hittir stutta stund í garði sem hlýlegan eða góður á meðan annar ókunnugur gæti staðið upp úr sem dónalegur eða skrítinn.

Eru allir upphafsdómar okkar óréttmætir og vegna eigin fordóma? Kannski ekki! Kannski skiptir fyrstu kynni máli vegna þess að þau sýna eitthvað um einhvern sem meðvitaður hugur okkar getur einfaldlega ekki skilið ennþá. Þessi hæfileiki til að gera skjótar en nákvæmar forsendur um fólk fljótt er þekkt sem þunnt sneið.

Fyrstu kynni eða dómar um persónuleika einhvers gerast ekki af tilviljun einni saman - þau verða í raun til af undirmeðvitund okkar sem vinnur upplýsingar miklu hraðar en við gerum okkur grein fyrir! Hvers vegna geta sum okkar fellt betri dóma en önnur, spyrðu?

Það sem aðgreinir þá sem gera nákvæma dóma frá þeim sem gera það ekki er traust þeirra á „innsæi" þeirra. Þeir hlusta á það sem þörmum þeirra segir þeim og þróa þessa færni með meðvituðu átaki.

Þunnt sneið er hægt að skilgreina vísindalega sem hæfileikann til að gera upplýsta dóma byggða á litlum upplýsingum. Margar tilraunir hafa sannað að ályktanir okkar um einhvern eru samkvæmar óháð því hversu lengi við tölum við hann - allt frá fimm sekúndum eða fimm mínútum![18] Undirmeðvitund okkar tekur eftir fíngerðari eiginleikum þeirra eins og blikkandi augnlok, stífar stellingar, bros eða bendingar sem hafa tilhneigingu til að renna framhjá okkur án þess að meðvitaður hugur okkar taki eftir því.

Getur það ekki verið ótrúlegt? Að gefa nákvæmar forsendur um einhvern byggðar á fullyrðingu eða öreiginleika gæti verið svo nákvæm.

Svo hvers vegna höfum við ekki verið dugleg að lesa fólk hingað til? Aðallega vegna þess að geta ekki orðað þessa dóma. Að hafa ekki nægar smáatriði innan seilingar þýðir að þessi óorða afkóðun á sér stað án þess að við gerum okkur einu sinni grein fyrir því, þannig að fyrstu kynni eru svo mikilvæg þrátt fyrir að þau endurspegli ekki raunveruleikann heldur virki sem merki frá undirmeðvitund okkar um að þau gætu geymt svör fyrir okkur.

Sem manneskjur erum við hleruð til að treysta aðeins okkur sjálfum innan marka. Neikvæð hlutdrægni kemur í veg fyrir að við treystum okkur of sterkt. Þú gætir hugsað með þér: „Þetta hljómar allt frábærlega; En ef ég hefði treyst þörmum mínum betur þá hefði ég ekki keypt þessa bók!"

Ég skil vandræðaganginn þinn; Það að treysta þörmunum mínum of oft leiddi mig niður á vegi fjárhættuspilta! Og þó að ég sé ekki talsmaður þess að láta undirmeðvitund þína leiða dóma þína, þá er heilinn okkar miklu snjallari en við gefum þeim kredit fyrir! Vissir þú að heilinn okkar getur unnið úr 11 milljón bita af upplýsingum á hverri sekúndu? Samt virðist meðvitaður hugur okkar aðeins geta unnið 40-50 bita. [19] Það er gífurlegt bil á milli þess sem heilinn okkar ræður í raun og veru við og þess sem við skynjum að hann ræður við; Þó að við séum kannski aðeins að vinna úr fáum 50 bitum, hefur undirmeðvitundarheilinn okkar þegar fylgst með, ályktað og myndað skoðanir miklu nákvæmari en nokkuð sem meðvituð vitund okkar gæti nokkurn tíma veitt okkur.

Tiltölulega séð hefur undirmeðvitund okkar unnið framúrskarandi starf við að vinna úr upplýsingum; því miður viðurkennum við bara ekki viðleitni þess nógu mikið. Ímyndaðu þér ef við treystum undirmeðvitundinni okkar betur við að fella dóma; engin önnur færni þarf kannski til að fá aðgang að heila fólks!

Að uppgötva listina að sneiða þunnt krefst þess að við þekkjum undirmeðvitund okkar og túlkum innsæi okkar rétt. Ekki grafa þessa litlu dóma sem gætu runnið fram hjá óséður. Þegar þú merkir einhvern skaltu spyrja sjálfan þig hvers vegna og hugsa betur: var það að breyta þyngd þeirra frá fæti til fótar eða beit þeir í vör rétt áður en þeir tjáðu sig?

Eins öflug og undirmeðvitund okkar er, getur hún líka rekast á meðvitaða hlutdrægni og leitt til óheppilegra ákvarðana. Þess vegna treysta ekki allir eingöngu á þörmum sínum þegar þeir taka ákvarðanir - mögulegur kraftur liggur innra með okkur öllum, það þarf bara að opna hann og slá almennilega.

Þunn sneið felur í sér að læra meira um einhvern með lágmarksupplýsingar. Framkoma þeirra, líkamstjáning, rithönd og klæðnaður sýna margt um þá ef aðeins er fylgst vel með og meðvitað um undirmeðvitund manns. Samkvæmt metsölubókinni Blink eftir Malcolm Gladwell felst þunn sneiðing í því að smella á „aðlögunarundirvitund" manns. Þó að meðvitaðir hugar noti gagnreynt mat þegar þeir draga ályktanir sínar um fólk eða atburði sem byggjast á meðvitaðri athugun einni saman, notar aðlagandi meðvitund mat með mjög litlum klumpur af sönnunargögnum í besta falli sem heimildir.

Þegar við æfum og fullkomnum þetta handverk að sneiða upplýsingar, veltur árangur okkar á því að geta æft og lært með hverri reynslu sem við öðlumst. Með því að pikka inn í undirmeðvitundina og sía upplýsingar í stað mats geturðu skilið aðra betur og spáð fyrir um hegðun þeirra.

John Gottman, virtur bandarískur sálfræðingur, gerði ítarlega rannsóknarrannsókn þar sem yfir 3.000 pör tóku þátt í því að þróa það sem er orðið þekkt sem „ástarrannsóknarstofan". Með þessari aðferð við upplýsingaöflun og sundurliðun komst Gottman að þeirri niðurstöðu að þú gætir spáð fyrir um framtíð hjónabandsins með því að sneiða niður viðeigandi gögn - ekki aðeins að safna öllu saman heldur skilja mikilvægi þeirra líka. Þessi kenning einbeitti sér ekki bara að því að safna staðreyndum heldur að ákvarða hvaða upplýsingar væru mikilvægastar.

Og það er einmitt það sem þú ættir að gera líka. Undirmeðvitund þín mun taka við milljónum gagnabita, en meðvitaður hugur þinn verður nú að ákveða hvaða upplýsingar eru mikilvægar eða óviðkomandi; hér liggur gildi þekkingar sem veitt er í öðrum hlutum bókarinnar; notaðu verkfæri þess til að greina hvaða gjörðir, orð og vísbendingar þurfa áherslu þína og hverjir eru ekki viðeigandi hvað varðar skilning á fólki betur.

Kenning Gottmans bendir til þess að einblína á hverfula svipbrigði og samræður sem virðast léttvægar, án þess að draga of mikla athygli að sjálfum sér. Þó að það skili ekki árangri strax, þá er þörf á æfingu í að greina mynstur - þú þarft að bera kennsl á fólk sem lýgur, gæta tilfinninga sinna vel eða leyna sér á bak við úthverfa hegðun - þannig að eftir því sem tíminn líður munu meðvitund og undirmeðvitund þín samræmast óaðfinnanlega og gera ráð fyrir útreiknaðri hegðun. mat á því sem býr í huga einhvers. [23]

Stundum erum við öll að reyna að ráða hvað einhver meinar þegar þeir nota setningar eins og „mér er alveg sama“ eða „Af hverju heldurðu að það skipti máli“ eða „mér líður vel“; þetta getur verið eins og tifandi sprengjur sem krefjast þess að þú áttar þig fljótt á raunverulegum ásetningi þeirra áður en varanlegt tjón verður fyrir samböndum! Þú finnur sjálfan þig að óska þess að fyrir mörgum árum hefðir þú skráð þig á fjarskiptanámskeiðið!

Túlkun getur oft verið erfið, sérstaklega þegar þeir nota ekki orð til að koma hugmyndum sínum á framfæri beint. Orð eru aðeins hluti af myndinni - til að bjarga skipinu verður maður að komast á hafsbotninn til að finna hvar skrímsli leynast - þetta er það sem lestur á milli línanna snýst um!

Að lesa á milli línanna er list sem getur bjargað jafnvel nánustu samböndum. Það krefst skilnings sem gefur lítið pláss fyrir útskýringar og gerir þér kleift að skapa kjörið umhverfi fyrir innihaldsríkar og gefandi samræður. Merking liggur oft fyrir utan orð ein og sér - þess vegna gegna punktar, kommur og upphrópunarmerki svo mikilvægu hlutverki við að miðla merkingu þeirra.

Merki sem fólk gefur frá sér til að sýna sannar tilfinningar sínar geta oft verið misskilin sem saklausar látbragð; en þessi merki ætti alltaf að taka alvarlega sem vísbendingar um að það sem fólk segir hafi undirliggjandi merkingu; orð eins og „ég vil alltaf vera með þér“ gætu til dæmis virst eins og ástaryfirlýsing en þegar þau eru sameinuð öðrum rauðum fánum í óvissu sambandi gæti það bent til misnotkunar eða meðferðar.

Eins og búast má við í umhverfi þar sem meira en 8 milljarðar einstaklingar búa með einstakar hugsanir sínar og persónuleika, gæti ein setning ekki þýtt það sama þegar mismunandi fólk talar í mismunandi samhengi. Þú verður að hlusta betur til að skilja hvað önnur manneskja er að reyna að koma á framfæri. Samkvæmt Gary Wong, virtum fasteignafjárfesti og þjálfara, höfum við tvö eyru en aðeins einn munn, svo hlustun ætti að hafa forgang fram yfir að tala[23]. Vertu opinn fyrir því sem fólk er að segja þér á meðan þú skilur djúpt hver fyrirætlanir þess eru þegar þeir tala tungumálið þeirra.

Ein áhrifarík aðferð til að hjálpa þér að lesa á milli línanna er að bíða augnablik áður en þú talar út. Að flýta sér að svara getur þýtt að missa af því að taka tíma til að skilja hvað var í raun sagt; og ef hliðstæða þinn gerir slíkt hið sama, gætu skilaboð þeirra auðveldlega glatast meðal misskilnings og lélegra samskipta.

Þegar einhver notar setningar eins og „ég veit það ekki“ eða „ég er óviss,“ ekki flýta sér með skýringar um leið og hann segist ekki skilja eitthvað – í staðinn gefðu honum pláss og metið aðra vísbendingar til að fá fyllri mynd af skilaboðum þeirra.

Lestur á milli línanna krefst þess að hlusta vel og huga að samhengi, persónuleika og aðstæðum við lestur sögu. Rithöfundur miðlar oft ekki beint því sem persónur þeirra eru að reyna að tjá en gefur í staðinn aðstæður og vísbendingar um hvað gæti verið að gerast hjá þeim - lesandinn getur auðveldlega þekkt þennan vísbendingu sem persónan gefur.

Hér er brot úr sögu:

Lófarnir svitnaði þegar hún leit á klukkuna í fimmta skiptið innan klukkustundar, vitandi að hann kæmi um 8. Þegar hver sekúnda tifaði nær og nær í átt að átta fann hún hnén veikjast og hnefana herðast af eftirvæntingu eftir komu hans .

„Elskan," spurði eiginmaður hennar hinum megin í herberginu. Hún svaraði einfaldlega. „Mér líður vel, bara kalt," var allt sem var sagt án þess að hafa augnsamband við hann. Þegar dyrabjöllunni hennar hringdi krjúpaði hún dýpra í sófanum sínum með brjóst þétt faðmandi hné og beið eftir óþægilegum fundi milli eiginmanns síns og kærasta hans.

Sagði höfundur að persóna þeirra væri órólegur, en ályktaðir þú þetta af líkamstjáningu hennar og textanum? Sástu þegar hún sagði: „Þetta verður löng og köld nótt" að það var ekki bara verið að tala um veður? Líklegt er að það hafi gerst eðlilega vegna þess að höfundur vekur athygli þína beint á hvernig persóna bregst við í hverri málsgrein texta.

Í samskiptum við raunverulegt fólk er hins vegar oft erfitt að ákvarða nákvæmlega hvað er að gerast, jafnvel þótt eitthvað virðist vera í ólagi. Treystu innsæi þínu; jafnvel þótt heimildin sé óljós við fyrstu sýn. Skrifaðu hugarfar til að rifja upp það sem sagt var - til dæmis ef eitt af systkinum þínum eða nánustu vinum nefnir af tilviljun að vera heima klukkan sex sem "Sam verður áhyggjufullur ef ég er seinn".

Sama hversu frjálslegt samtalið kann að virðast, finnst eitthvað við það óvirkt. Kannski var það hennar leið til að fylgjast stöðugt með tímanum eða fljótandi tónninn; eða það gæti einfaldlega verið orð valin án tillits til samhengis eða tóns.

„Þarf að vera aftur heima" hljómar meira eins og ultimum en áhyggjuefni, sem gæti bent til þess að hún sé í óheilbrigðu sambandi við maka sinn; kannski eru hvorugir meðvitaðir um tilfinningalegt ofbeldi sem þeir verða fyrir undir nafninu ást og umhyggju. Að geta greint hvað hinn aðilinn reyndi að miðla gerir okkur kleift að sjá lengra en það sem var beint á framfæri.

Einbeittu þér að því sem var ósagt - þögn og hlé - til að öðlast meiri skilning. Þögn getur sagt sínu máli; til dæmis ef barnið þitt þagði skyndilega þegar það var spurt um daginn í skólanum; á sama hátt ef orð sem þeir ákváðu að tala ekki geta bent til vandamála sem vert er að gefa gaum í öðrum þáttum samskipta. Þú gætir beitt þessari sömu stefnu þegar þú átt samskipti við alla sem þú vilt fá dýpri innsýn.

Hvaða spurningar eða efni forðast þeir að ræða; þegar þeir staldra of lengi á milli þess að tala; breytir tóni þeirra þegar rætt er um tiltekið fólk eða atburði; þessar athuganir hjálpa þér að skilja bæði þau betur sem einstaklinga auk þess að skilja töluð orð af meiri dýpt.

Rétt eins og þegar talað er við börn um skólann, í samskiptum við fólk sem deilir ekki upplýsingum auðveldlega eða þá sem vilja frekar nota óljósan orðaforða. Spurningar þínar og svör verða að vera vandlega uppbyggð fyrir hámarksáhrif og skilvirkni.

Gakktu úr skugga um að þú gerir þetta allt í samhengi; Vertu alltaf meðvitaður um aðstæður, umhverfi og aðstæður þegar þú fylgist með einhverjum. Vertu á varðbergi ef einhver hljómar fjarlægur vegna truflunar frá umhverfinu. Eða þeir gætu þagnað í samtölum um ákveðna atburði - ekki vegna þess að þeir vildu leyna neinu heldur vegna áhugaleysis eða truflunar frá því sem var verið að ræða.

Rétt eins og það að skilja einhvern annan krefst tíma, samkvæmni og skilnings, þá gerir það að skilja það sem einhver segir á milli línanna. Að kryfja hvert orð og þögn augnablik fyrir augnablik myndi aðeins verða til þess að rugla hlutina enn frekar; þú þarft aðeins að vera til staðar og hafa í huga þegar þú hlustar og endurskoða allt sem þú heyrir áður en þú kemst með ályktanir þínar um mögulegar túlkanir þess.

Áhorfendur TedTalk verða ekki bara vitni að ljómandi hugmyndum sem kynntar eru á TedTalk. Hvetjandi og áhrifavaldar sem ná árangri eru ekki endilega þeir sem hafa miklar hugsanir; þeir eru þeir sem skilja hvernig á að koma þeim fram á áhrifaríkan hátt - með tón- og tónaæfingum, flokkaskipan ræðu eða jafnvel að nota fjölmiðlaumfjöllun til að ná hámarksáhrifum. Opinber ræðumennska felur í sér að ná tökum á því hvernig þú segir hlutina í stað þess að huga eingöngu að því sem þarf að segja. Opinberir fyrirlesarar læra listina að sannfæra til að vinna áhorfendur sína.

Opinberir ræðumenn nota oft talmynstur til að skipuleggja innihald þeirra til að ná hámarksáhrifum. Val á þessum mynstrum fer eftir efni, áhorfendum og megintilgangi ræðu þeirra - með öðrum orðum, samtöl ættu að þjóna raunverulegum tilgangi sínum ef það er markmið þeirra! Þegar þú talar við einhvern nýjan skaltu ganga úr skugga um að markmið þitt sé skýrt svo þú getir verið einbeittur þegar þú fylgist með svörum frá þeim - fólk sem les ætti ekki að fela í sér að safna óviðkomandi upplýsingum um aðra.

Flýta
Rannsókn sem gerð var af Félagsvísindastofnun Háskólans í Michigan skoðaði 1.400 tilraunir þeirra sem hringdu í að reyna að sannfæra fólk um að taka þátt í könnun, með því að nota eitt símtal á hvern sem hringir í hverja sannfæringartilraun. [24] Niðurstöður bentu til þess að þeir sem töluðu of hratt án þess að gera hlé hafi ekki tekist að sannfæra aðra; rannsakendur rannsökuðu mælsku, talhraða og tónhæð þeirra sem hringdu þegar þeir reyndu að sannfæra aðra; Árangursríkar sannfæringaraðilar voru meðal annars fólk sem talaði á um 3,5 orðum á sekúndu - hóflega hraða þegar þeir voru að sannfæra aðra; [26]

Taktu réttar hlé
Fyrir hámarks áhrif þegar reynt er að hafa áhrif á einhvern eru fjórar eða fimm pásur á mínútu tilvalið þegar reynt er að hafa áhrif á einhvern. Þessar hlé gera hinum aðilanum kleift að íhuga skilaboðin þín áður en hún svarar og sýna virðingu þína fyrir hugsunum sínum og skoðunum á meðan þú ert óhræddur við að leyfa skoðunum sínum á niðurstöðum þínum að þróast með tímanum - þannig að auka traust milli þín og þeirra.

Stuðningur (álag, tónfall tals og hrynjandi) er óaðskiljanlegur þáttur í skilvirkri ræðuflutningi, en of mikið stuð getur komið aftur og slegið illa. Það sem við segjum er hægt að skynja á mismunandi hátt eftir því sem það skilar - þannig að með því að nota tón og takt á viðeigandi hátt tryggirðu að það sem þú segir komist nákvæmlega eins og ætlað er; of mikið gæti skilið eftir sig vantraust áhorfendur í höndum þeirra; reyndu að hljóma ekki líflegur þegar þú býrð til setningar.

Notaðu talmynstur til að ná árangri

Það eru mismunandi talmynstur sem hægt er að nota eftir markmiðum þeirra þegar þeir tala opinberlega, með mismunandi val sem hefur áhrif á hversu árangursríkt boðskapur þeirra verður fluttur. Hér að neðan eru nokkur vinsæl ræðumynstur fyrir opinbera ræðu þegar þú býrð til ræður.

Staðbundin eða rökrétt nálgun: Þegar þú kemur á framfæri mörgum hugmyndum sem tengjast, er það oft besta aðferðin að skipuleggja upplýsingar rökrétt þannig að þær flæði frá efni til efnis án þess að virðast eins og þú sért að hoppa á milli efnisþátta án þess að koma með sannfærandi rök.

Tímafræðilegt: Tímafræðilegt upplýsingaskipulag virkar best þegar gögn þurfa að fylgja skipulegri framvindu, eins og að segja sögu. Ef þú vilt tala um útkomu verkefnis, til dæmis, þá mun það gefa meiri ávinning að skipuleggja atburði í tímaröð til að fá meiri skýrleika.

Orsök og afleiðing: Eins og nafnið gefur til kynna yrðu þessar upplýsingar settar fram með því að nota orsök-áhrif sambönd. Til dæmis, þegar rætt er um vandamál í vinnunni, byrjaðu á því að útskýra orsök þess - að lýsa því hvernig það hefur áhrif á framleiðni gæti verið áhrifin.

Vandamál og lausn: Svipað og orsök og afleiðing, vandamál og lausn er notuð sem áhrifarík leið til að sannfæra aðra um að grípa til aðgerða sem nauðsynlegar eru til að leysa ákveðin vandamál. Það er áhrifarík aðferð til að sannfæra hlustendur um hvernig best sé að nálgast hverja áskorun eða hindrun.

Talmynstur getur hjálpað til við að miðla hugmyndum og hugsunum skýrt. Fólk nýtur þess að heyra kunnugleg mynstur sem það þekkir og á auðveldara með að sætta sig við; ranghugsaðar upplýsingar leiða oft til vantrausts milli hlutaðeigandi aðila, þannig að það að eyða tíma í hvernig þú kemur skilaboðum þínum til skila mun auka bæði trúverðugleika og áhrif á fólk.

Að nota skilvirkt talmynstur er lykillinn að því að veita upplýsingar á auðmeltanlegan hátt og auka áhrif þín á einhvern. Markmið þitt mun líta á þig sem opinberan og rökréttan einstakling sem þeir geta treyst meira og opnað frjálsari um hugmyndir sínar og tilfinningar með.

Við myndum oft sterk tengsl við einhvern sem byggist eingöngu á því hvernig hann lætur okkur líða. „Ég veit ekki hvers vegna ég sagði þér þetta allt; venjulega er ég minna opinn.

Hvað nákvæmlega er „vibe" og hvernig getur það hjálpað mér að tengjast einhverjum? Einfaldlega sagt, vibe er einfaldlega góð orka sem getur haft jákvæð áhrif. Engin þörf á að gefa staðfestingar eða kinka kolli stjórnlaust; allt sem þarf til að tengjast er góð stemning hvert sem þú ferð!

Spyrðu einfaldlega hvaða hvatningarfyrirlesara eða persónulega þróunarsérfræðing sem er og þeir myndu mæla með því að umkringja þig með jákvæðum staðfestingum um markmið þín. Þó að það gæti hljómað óþarfi í fyrstu, þá síast jákvæða orkan fljótlega í gegn og hefur áhrif á okkur öll á einn eða annan hátt!

Það er einmitt áhrifin sem jákvæð orka eða stemning hefur á annað fólk. Að vita að einhver er að samþykkja hugmyndir sínar án gagnrýni gerir þeim kleift að opna sig fyrir þér án þess að spyrja, gefur þér aðgang að huga sínum án þess að spurningar vakni! Allt þetta er gert mögulegt þegar fólk í kringum það kemur með jákvæða orku með sér - góða orku er ekki hægt að falsa, það er aðeins hægt að greina hana. Jákvæð viðhorf dreifast fljótt - allir elska að tala við fólk sem sér alltaf björtu hliðarnar! Og með þessum ráðum og aðferðum til að byggja upp þessa jákvæðu stemningu í kringum þig:

Haltu áfram að líta á björtu hliðina

Eins og þeir segja, viðbrögð þín við því sem gerist fyrir þig ákvarða niðurstöðu þeirra. Í stað þess að harma yfir því að einhver sé leiðinlegur við þig, notaðu þetta tækifæri til að kanna hvernig hann gæti hugsað öðruvísi en þú og skapað þroskandi samskipti. Neikvætt einbeiting myndi aðeins draga fram meiri neikvæðni frá þér sem aðrir myndu þekkja strax.

Ef þú finnur það ekki skaltu ekki falsa það

Að segja að þú elskir hunda gæti orðið holur; vera nógu víðsýnn til að sætta sig við mismunandi sjónarmið án þess að þvinga samþykki upp á aðra; þegar fólk áttar sig á því að þú samþykkir rétt þeirra til andstæðra sjónarmiða frekar en að þykjast vera þér lík eða sammála, mun svar þitt koma mun jákvæðara og fagna þessum ágreiningi.

Æfðu þakklæti

Veltirðu fyrir þér hvernig þakklæti getur bætt sambönd? Með því að byrja og enda hvern dag að vera þakklátur fyrir allt sem lífið býður okkur og heiðra þá sem þú mætir daglega eins og liðsforingja eða systkini með því að muna að þakka þeim í hvert skipti sem þú átt samskipti. Dagleg æfing þín að vera þakklát gæti jafnvel fært jákvæða orku með sér þegar þú tekur þátt í samskiptum við þá!

Afhjúpa neikvæðni

Því miður getum við öll stundum upplifað uppsöfnun neikvæðra hugsana án þess að gera okkur grein fyrir því. Þetta á sérstaklega við þegar við tengjum ákveðið fólk við neikvæðar minningar; til dæmis ef einhver gerði móðgandi athugasemd síðast þegar þú hafðir samskipti við hann getur það vakið óþægilegar minningar sem sitja lengi eftir að samskiptum er hætt. Reyndu að skipta út neikvæðum minningum fyrir hressari minningar til að skapa hressandi umhverfi.

Hugleiðsla býður okkur öllum ómetanlegt tækifæri til að slaka á, slaka á og finna fyrir jarðtengingu. Hugleiðsla gefur þér frábæra leið til að losa um neikvæða orku í kringum þig og meta hvers konar áhrif gjörðir þínar hafa á þá sem eru á áhrifasvæði þínu. Ennfremur gæti það að iðka hugleiðsluaðferðir eins og núvitund eða andlega dýpkað tengsl við innra sjálf og stuðlað að dýpri friði.

Náttúran hefur lækningamátt
Að vera úti hefur gríðarlega lækningamátt! Umkringd sjávaröldum, útsýni yfir fjallstindi eða árbakkahljóð geta gert kraftaverk til að hjálpa okkur að slaka á og lækna innan frá. Að eyða tíma utandyra hefur reynst árangursríkt til að gera fólk minna biturt og jákvæðara - að taka sér nauðsynlega hvíld á sama tíma og íhuga og taka því rólega með okkur sjálfum og hvert öðru er nauðsynlegt til að tryggja að við höldum áfram að vera hamingjusamt fólk!
Jákvæð orka í samskiptum þínum getur haft skaðleg áhrif á aðra og hvatt þá til að opna sig frjálsari og vera heiðarlegar í samskiptum sínum við þig. Ótti við dóma, vonbrigði eða reiði gæti orðið til þess að fólk loki sig eða ljúgi til að forðast að virðast óvingjarnlegur; Að veita þægilegt andrúmsloft og góða orku hjálpar fólki að slaka á svo það geti endurmetið hvernig það skynjar þig og hversu mikið af sjálfu sér það er að opinbera með samtali.

Hvernig getur maður lesið huga einhvers þegar hann hefur samskipti í gegnum vandlega uppbyggðan tölvupóst eða símtöl? Eða uppgötva þegar einhver er að ljúga á meðan hann talar í símann? Sömuleiðis, hvernig geturðu túlkað samskipti á milli línanna eins og WhatsApp sem byggir mikið á völdum „emojis"?

Stafræn samskipti bjóða okkur upp á marga kosti; við getum náð til fólks um allan heim án þess að yfirgefa sófana okkar, en á sama tíma geta takmarkanir þess takmarkað hversu áhrifarík við tengjumst. Hins vegar, með framförum í þróun eftir Covid, höfum við lært hvernig á að tengjast á skilvirkari hátt. Nemendur reyndust athyglisverðari í nettímum en í kennslustofunni þar sem þeir gátu ekki fylgst með augnaráði kennarans síns - án þess að vita hvern hann/hún fylgdist með á tölvuskjánum sínum! Hins vegar á tæknin enn nokkuð í land áður en hún getur jafnast á við mannlega hlýju og nánd mannleg samskipti.

Að afhjúpa einhvern getur verið krefjandi þegar þú hefur ekki fulla athygli þeirra; sofandi, borða eða í hópi. Í flestum tilfellum muntu ekki einu sinni vita hvort kveikt er á hátalaranum meðan á myndsímtölum stendur eða lestur heildartexta áður en þú svarar - sem gerir það erfitt að skilja fólk á þessum stafrænu kerfum; Hins vegar eru aðferðir sem þú getur notað til að túlka nákvæmlega það sem einhver er að reyna að miðla.

Heyrðu, ég er kannski búinn að nefna það nokkrum sinnum, en það getur verið auðveldara að hleypa gagnrýni og átökum út í netheima en að eiga bein samskipti við einhvern. Þó að ágreiningur þinn virðist kannski ekki eins alvarlegur þegar hann er gerður í gegnum textaskilaboð, takmarka hann samt getu okkar til að hlusta, lesa eða skilja hvert annað.

Horfðu út fyrir vísbendingar

Sama hvar einstaklingur er staðsettur getur tónn hans, orðaval og umhverfi orðið vísbendingar um hvernig hugurinn virkar. Til dæmis, hversu langan tíma er einhver að svara tölvupósti? Eða svara fljótt með texta? Eða hefur rödd þeirra einhverja tilfinningu fyrir því að það sé brýnt? Að borga aðeins eftirtekt getur gefið okkur ómetanlegar upplýsingar um þá!

Viðhalda kvarðaðri nálgun

Fólk getur verið erfitt að lesa augliti til auglitis og enn frekar á skjánum, sem gerir það enn erfiðara að lesa rangan tón, orðaval eða hlé. Við gætum rangtúlkað texta þeirra þegar takmarkaðar vísbendingar eru tiltækar fyrir okkur. Samskipti augliti til auglitis gera okkur kleift að koma á nákvæmri mynd af einstaklingi sem byggir á fjölmörgum þáttum, svo sem svipbrigðum hans, líkamstjáningu og heildar "stemningu". Þegar þú hefur samskipti í gegnum síma eða í gegnum texta við aðra skaltu ganga úr skugga um að þú farir ekki að endanlegum ályktunum með takmörkuð gögn. Gefðu gaum að því sem sagt er og spyrðu spurninga þegar nauðsynlegt er til skýrleika. Ef forsendur koma upp á meðan þú talar skaltu spyrja hvort næg gögn séu til staðar til að gera nákvæmar athuganir.

Hvernig get ég komið auga á lygara í gegnum síma eða SMS

Lygaskynjun krefst mikillar athugunarfærni; en þar sem margar af venjulegum vísbendingum eru fjarverandi í SMS texta eða tölvupóstsamtali, veita lygaskynjarar næg gögn sem gera kleift að greina nákvæmlega á þessum stafrænu kerfum. Hér eru nokkrar vísbendingar um að einhver lýgur að þér skriflega:

Einhver sem er að ljúga kann að virðast óskipulagður og erfitt að festa sig í sessi með einum söguþræði, sífellt að skipta um efni til að reyna að hylja eða dylja sannleikann. Þeir gætu reynt að flækja hlutina of flókna eða gera rangar fullyrðingar sem standast ekki; ein leið til að greina þessi skilaboð í gegnum textaskilaboð gæti verið að leita að löngum textagreinum sem gefa ekki skýrleika um efni í samhengi; ef það væri sannleikurinn þá þyrftirðu ekki að lesa í gegnum aftur til að komast að því hvað raunverulega hefði gerst.

Þeir leggja ofuráherslu á óþarfa upplýsingar eða forðast að svara sérstökum fyrirspurnum

Ef einhver spyr þig spurningar sem krefst svars beint gætirðu alltaf forðast að svara með því að neita. Segðu til dæmis að þú hafir spurt maka þinn hvar hann væri en fékk ekkert svar; fjórum tímum síðar senda þeir þér skilaboð til að útskýra að rafhlaðan þeirra hafi dáið en segja þér samt hvar þeir eru á því augnabliki - þetta er lygi með því að sleppa því að þeir segja sannleikann á þeim tíma en kjósa ekki að svara þegar fyrirspurnin var fyrst gerð; auk þess geta þeir reynt að gefa of flókin svör til að reyna að forðast að svara beint og afvegaleiða samtalið með öllu.

Enginn svarar

Þeir dagar eru liðnir þegar skilaboð voru eins og að kasta steinum í hafið án þess að vita hvenær eða hvort það myndi berast viðtakanda sínum; nú vitum við nákvæmlega hvenær skilaboðin okkar bárust, hvenær þau voru skoðuð og hvort þau séu „á netinu" eða ekki. Flest skilaboðaforrit sýna sporbaug (...) þegar einhver er að skrifa svarið sitt svo við vitum að við eigum von á einu hverri sekúndu!

Of miklar upplýsingar Fólk hefur tilhneigingu til að koma með skýringar. Áttu samloku vinnufélaga þíns í vinnunni? Líklegt er að þú myndir bjóða upp á skýringu, hugsanlega allt að fimmtán mínútur að lengd, á því hvers vegna þetta gerðist. Á sama hátt þegar við ljúgum höfum við tilhneigingu til að nota ýkjur í svörum okkar til að fela það sem við viljum að fólk trúi að sé að gerast; Sumir einstaklingar búa reglulega til langan texta en ef svör verða óvenju langdregin gæti þetta verið sönnun þess að þeir séu að gefa útskýringar á upplýsingum sem þeir ákváðu að birta ekki.

Ímyndaðu þér að vera flæktur í texta rifrildi þar sem báðir aðilar eru að útskýra sitt hvoru megin, byggja upp löng svör þar til þú setur fram spurningu og samtalið færist skyndilega frá svari yfir í annað efni. Í slíku tilviki gæti tilraun þeirra til að vera upptekinn gefið til kynna að þeir ætli að stytta þennan samræðuþráð og fara yfir í eitthvað allt annað.

"Fórstu heim til hennar eftir að ég bað þig að gera það ekki?"

Hún virtist undrandi. Það er ótrúlegt hversu lítið traust er á milli okkar! Því miður hef ég ekki tíma í þetta núna þar sem það á eftir að þvo þvott; tala við þig seinna... Bless."

Hér hefur þú allt - öll nauðsynleg tæki til að skilja fólk. Með handbókina þína um fólk í höndunum mun hún gera þér kleift að öðlast ítarlega þekkingu á hvers vegna fólk talar eins og það gerir, hegðar sér á ákveðinn hátt og segir það sem það segir - allt frá persónuleika- og samskiptastílseinkennum í gegnum áhrifavalda sem móta það; öll þessi þekking er innan seilingar en að skilja einhvern gæti samt þurft tíma, fyrirhöfn og smá getgátu!

Hugur er flókinn strúktúr og til að ráða hann verður maður að halda áfram að skilja hversu flókinn hann er. Jafnvel eftir að hafa þekkt einhvern í mörg ár, getur minniháttar ágreiningur eða ágreiningur gert það erfiðara að hlusta hlutlægt á það sem þeir segja.

Svo ég legg oft áherslu á mikilvægi iðkunar og athugunar þegar kemur að því að skilja fólk. Þú verður að hafa stjórn á eigin hugsunum á sama tíma og þú sýnir mikla aðlögunarhæfni þegar þú lest trú og samskiptastíl annarra til að túlka orð þeirra rétt. Hér er útlínur og áminning um allt sem þú ættir að koma með í hvert skipti sem þú ætlar að skilja einhvern og leysa flókið ósagt tungumál hans.

Vertu andlega tilbúinn til að lesa fólk

Í hvert skipti sem þú tekur þátt í samtali við annan skaltu gera úttekt á sjálfum þér. Spyrðu sjálfan þig nokkurra lykilspurninga eins og: * Hef ég þegar myndað mér einhverjar skoðanir á þeim? eða >> Eru einhverjar hlutdrægni og fordómar sem ég þarf að vera á varðbergi gagnvart?

* Er ég andlega og tilfinningalega fær um að reyna að skilja einhvern? * Hvaða þætti þarf að hafa í huga þegar reynt er að lesa einhvern?

*Hvaða ytri þættir gætu mögulega haft áhrif á dómgreind mína? Að spyrjast fyrir á þennan hátt mun gera þér kleift að nálgast aðra án fordóma eða dómgreindar. Til þess að fylgjast náið með fólki, vertu varkár - losaðu hugann við önnur verkefni og hugsanir til að einbeita þér að því að fylgjast með áhugasömum án þess að taka það sem sjálfsögðum hlut - fylgstu vel með líkamstjáningu þess, svipbrigðum og orðum á meðan þú hlustar af athygli og hlutdrægni.

Eyddu tíma í að læra fólk Að ná tökum á hvaða list sem er tekur tíma og vígslu. Að lesa fólk krefst stöðugs náms til að geta lagt nákvæmt mat á fólk með ólíkan bakgrunn. Til þess að gera þetta almennilega þarf að fylgjast með mörgum einstaklingum frá ólíkum persónuleika víðsvegar um samfélagið til að mynda nákvæma dóma um þá. Lestur fólks ætti að nálgast á heildrænan hátt. Þó það væri gaman að skilja hvað yfirmaður þinn hugsar eða hvaða skilaboð maki þinn er að reyna að senda yfir herbergið, til að gera það almennilega þarf að skilja mynstur, hegðun og hvata hjá öllum sem þú kemst í snertingu við. Fyrir þetta verkefni er nauðsynlegt að geta þekkt þessi mynstur með því að fylgjast með mörgum einstaklingum. Taktu þessa kunnáttu með í reikninginn þegar þú átt samskipti við almenningssamgöngumenn eða þegar þú ræðir við sölumenn í stórverslunum, eða jafnvel við hárgreiðslustofur.

Æfingin skapar meistarann, því oftar sem þú þekkir og kemur auga á fólk af ýmsum persónuleikagerðum og samtalsstílum til að koma skilaboðum sínum á framfæri á áhrifaríkan hátt. Ennfremur gerir æfingin þér kleift að sleppa hlutdrægni og fordómum og fylgjast með fólki án þess að dæma um eðli þeirra eða lífsaðstæður. Lestrarkunnátta fólks er ómissandi eign fyrir persónulegan og faglegan vöxt, sem hjálpar þér að skilja fólk og hvata þess betur. Að viðurkenna að háværð einhvers gæti ekki stafað af árásargjarnri ræðu heldur af því að búa hjá öldruðum afa og ömmu með heyrnarskerðingu getur gefið þér nýtt sjónarhorn. Með því að hlusta vel þegar fólk talar og spyrja viðeigandi spurninga um það og sýna sögum þeirra áhuga, mun það hjálpa þér að byggja upp þroskandi tengsl bæði faglega og persónulega. Að eyða tíma í að kynnast fólki mun skila arði bæði í vinnunni og utan hennar!

Þolinmæði og umhyggja eru alltaf nauðsynleg
Að læra að prjóna getur verið ógnvekjandi. Æfingin skapar meistarann, eins og óteljandi tilraunir til að prjóna teppi þar til hver hnútur er fullkominn - en þegar raunverulegt verkefni að vefa hvern hnút kemur í ljós, verður þú mjög meðvitaður um alla þá þolinmæði, athygli og hollustu sem þarf til að búa til eina prufu af efni á eftir öðru. Að sama skapi getur það virst auðvelt í orði að fylgjast vel með, en stundum erfitt þegar þú átt samskipti við þá sem þú ert mjög ósammála eða þegar þú fylgist með líkamstjáningu einhvers sem þér finnst óáhugavert - bæði verkefnin krefjast æfingu ef þau vilja skila réttum árangri!

Þolinmæði og gaumgæfni getur hjálpað þér að sigrast á þessari áskorun og öðlast reynslu af því að þekkja og skilja fólk frá mismunandi sjónarhornum. Aðeins þegar þú hlustar þolinmóður á einhvern sem þú ert ósammála muntu læra hvernig á að fylgjast með og lesa fólk umfram persónulegar takmarkanir.

Vertu áreiðanlegur og viðkvæmur Taktu minnispunkta þegar þú verður vitni að því að einhver verður fjarlægur í miðju samtali. Fólk getur greint fjandskap og dóma fljótt; þeir vita þegar einhver er að reyna að ganga á eggjaskurn í kringum þá. Ekki búast við því að einhver opni sig fyrir þér með því að setjast á bak við trenchcoat með stækkunargler á meðan þú reynir að vera formlegur eða kaldur við þá; til þess að einhver geti opnað sig fyrir þér verður hann að vera nógu öruggur í að opna sig frjálslega og örugglega fyrir þér.

Vertu hreinskilinn þegar þú dæmir þínar
Þetta hefur verið fjallað nógu oft um, þar sem það að skjóta dóma og mat um fólk út frá hlutdrægni og fordómum er helsti þátturinn í því að það hættir eða þú gerir óviðeigandi mat út frá þeim. Æfðu þig í að seinka dómgreind eða niðurstöðum þegar þú

fylgist með einhverjum. Vertu varkár ef fyrstu hugsanir þínar fela í sér að halda að einhver dansandi á götunni sé að reyna að vekja athygli - stoppaðu þig strax þar! Til dæmis, ef þeir virðast nógu ánægðir að dansa og þú heldur að "þeim finnst gaman að fá athygli", skaltu strax hætta sjálfum þér áður en þú ályktar hvað gæti verið að gerast - eða heldur að þeim líki bara við að taka eftir og gera forsendur byggðar á forsendum.

Á þessum tímapunkti ætti það að vera augljóst að það að læra að lesa fólk er ferðalag sjálfsuppgötvunar og mats; þú áttar þig á þessu þegar þú áttar þig á því að það snýst líka um að afhjúpa meira um ÞIG eins mikið og hinn. Að gera þetta hjálpar okkur að viðurkenna takmarkanir innra með okkur svo við getum skapað dýpri og þýðingarmeiri tengsl hvert við annað, sem gefur okkur að lokum innsýn í hvatir þeirra, vonir og síðast en ekki síst hugsanir.

Skildu hvers vegna er upphaf hverrar ferðar. Sama hvort það er viðskiptaskóli, læknaskóli eða lagaskóli - allt byrjar á því að svara þessari einu spurningu fyrst - hvers vegna gerast hlutirnir eins og þeir gerast. Þegar þessari spurningu hefur verið svarað fellur allt annað lífrænt á sinn stað. Lestur fólks snýst um að svara þessari spurningu til samskipta og þegar henni hefur verið svarað getur það opnað fyrir alls kyns möguleika og rutt úr vegi fordómum og misskilningi. Að skilja einhvern leiðir til sterkari samskipta. Fagleg samskipti munu þjóna þér í gegnum samskipti lífsins. Allt frá því að stýra liðsmanni eða sannfæra foreldra um væntingar þínar, til að skilja hvatir og hugsanaslóðir annars - að vita hvata markmiðs þíns gefur þér lyftistöng til að láta heyra í þér og virða þig. Þvílíkur kostur sem þú hefur fundið! Hver síða í þessari bók hefur verið eins og að opna kassa fullan af leyndardómum sem tengjast mannlegri hegðun - aðeins þessi bók gefur aðeins innsýn! Menn hafa ekki tilhneigingu til að falla snyrtilega í svarta eða hvíta flokka - þeir koma í alls kyns tónum! Líkurnar eru á því að með hverjum deginum sem líður muntu uppgötva meira og meira um þá sem búa með þér. Viðbrögð þeirra gætu verið mismunandi eftir lífsreynslu, tilfinningum og umhverfisáhrifum - til að skilja þau út í gegn er best að vera meðvitaður um þessar breytingar og laga sig að því.

Þannig að nú er auðveldara en nokkru sinni fyrr að þekkja þessar breytingar, allt frá slæmu skapi og neikvæðu fólki, til lyga og erfiðleika við að miðla tilfinningum. Notaðu það skynsamlega og á ábyrgan hátt - heimurinn þarfnast þín! Notaðu þessar kenningar í vinnunni og með þeim sem þú metur vegna þess að tré þurfa enn sólarhita og næringarefni í góðum jarðvegi til að lifa af. Skilningur er nauðsynlegur til að vera skilinn og við þurfum að vera í takt við hvernig fólk hugsar svo við getum bæði verndað hagsmuni þeirra á sama tíma og við skiljum okkar eigin. Megir þú alltaf nota lestur skynsamlega sem leið til að dýpka og hlúa að þroskandi samböndum.

ENDIRINN